Bảo Giang

Tình Nước

Nhân Ánh
2023

TÌNH NƯỚC
Bảo Giang

Dàn trang: Quận Lê
Bìa: Uyên Nguyên Trần Triết
Nhân Ảnh Xuất Bản **2023**
ISBN: 978-1-0881-3102-2
Copyright @ 2023 by Bao Giang

Tình Nước

(Tập 1)

Bảo Giang

Văn Quang Trí Đức Hưng Gia Nghiệp,
Võ Chính Liêm Trung Thịnh Quốc Công.

Kính dâng song thân,
Cho con tôi, Martin Bùi Quang Ân.

THAY LỜI TỰA

Bạn thân mến,

Tình Nước là câu chuyện của người Việt Nam trong thời chinh chiến. Ở đó, con người được sinh ra và lớn lên theo tiếng nổ của đạn pháo, rồi vào đời bằng ánh mắt hỏa châu. Ở đó, có người giã từ trần thế trong đơn côi. Lại có người ra đi từ lòng phố. Họ đi đâu và về đâu đều gắn liền với định mệnh sống còn của đất nước. Như thế, dẫu ngày đi thì có, ngày về là... không, họ vẫn đi và vẫn sống trong giấc mơ Tự Do của Dân Tộc, Độc Lập của Tổ Quốc và Công Lý cho con người.

Tiếc là, có một thời, sự hy sinh của họ đã được trả bằng sự bội phản của CS khi HCM kéo lá cờ đỏ sao vàng Phúc Kiến lên kỳ đài Hà Nội vào ngày 02/09/1945. Hôm ấy, khi nhìn mảnh cờ sao phất phơ giữa lòng phố, niềm vui của người dân chưa kịp bừng lên sau chiến tranh, nước mắt đã vội lăn trào vì bản tin Việt Minh cướp chính quyền.

Việt Minh là ai, cộng sản là cái gì?

Tất cả đều gọi hỏi nhau và không có câu trả lời cho rõ nghĩa. Chỉ thấy sau lời ca *"thề phanh thây uống máu quân thù"* của họ là hàng vạn nhà ra tro, hàng vạn người dân không cơm, không áo và hàng vạn vạn người khác lìa đời. Ở đó, nước mắt không kịp trào, tiếng khóc không kịp vỡ để hòa với đau thương. Chỉ thấy vươn lên theo đường mã tấu trong tay Hồ là từng đoàn, từng toán quân Tàu ô vượt biên giới, nhập vào đoàn quân được gọi là Việt Minh. Rồi thật nhanh, Nó nắm lấy vai trò lãnh đạo và mở ra chiến trường trên đất Việt để giết người Việt.

Rồi khi cộng sản đến, người ta không phải chờ đợi lâu. Chỉ trong vòng 2, 3 năm từ 1953-1956 đã có hơn 172,000 người dân miền bắc mất mạng, mất của vì cái mã tấu của Hồ chí Minh trong mùa đấu tố, và hàng trăm ngàn người khác bị đưa vào chốn tù lao, không ngày về. Như thế, đấy đã là câu trả lời CS là cái gì chưa?

Nếu chưa, hãy nhìn xem cảnh lang thang đầu đường xó chợ của những gia đình bị đấu tố mà tiêu biểu là trường hợp của bà Phạm thị Nhu, vợ của nhà thơ Hữu Loan, tác giả của Màu Tím Hoa Sim, một sỹ quan cấp bậc thiếu tá trong đoàn quân Cứu Quốc, thì sẽ biết CS là cái loài gì. Mà không riêng một Hữu Loan, còn rất nhiều người trong đoàn quân Cứu quốc bị áp đặt số phận bi thảm như thế. Điển hình là bà Nguyễn thi Năm (Cát Hanh Long) và hai người con trai của bà.

Sau hơn mười năm đem thân vào đường chinh chiến với khát vọng Tự Do, Độc Lập cho quê hương. Họ không chết trong chiến tranh, nhưng lại chết vì cái mã tấu của Hồ với bản án thành phần. Riêng HCM, sau cuộc giết người, Y đã nổi phình lên với lời vô đạo của Y *"đây là một chiến thắng long trời lở đất".*

Ngược chiều với dòng chảy hôi tanh mùi máu ở miền bắc do HCM tạo ra. Miền nam với Ngô đình Diệm đã mở ra bữa tiệc chiêu đãi con người từ bốn phương quy về. Ở nơi đây, từ những con thuyền nhỏ bé hay lớp bè vượt sóng đến nam đều trở thành bài ca vang, ngọt ngào tình đất nước.

*"Đây có đoàn người dân di cư, vang câu hát tình quê dạt dào.
Quyết phá rừng phá đồi hoang sơ, để nuôi sống mầm Tự Do...
Em gái bắc Ninh, anh trai Biên Hòa,
Em đất Thanh Nghệ, anh nhà Cà Mâu.
Đôi nương thương sức cần lao.
Xe duyên Nam Bắc ngọt ngào tình yêu, ngọt ngào tình yêu.*

(Đất Lành, Phạm đình Chương)

Từ đây, có thể nói miền nam đã có một thời yên vui trong cảnh nhà không then cài, ra đường không gặp trộm cướp. Từ thành thị đến nông thôn đều như trẩy hội. Nơi đây là tiếng hát trẻ thơ đến trường. Xa kia là bước chân người trên phố, đến công xưởng hay ra đồng vui tay cày, tay cấy. Tất cả đều rộn rã, vươn mình vào vận hội mới của non sông. Tiếc thay, niềm vui chẳng tày gang, con ác tà vụt đến với miền nam vào ngày 01/11/1963. Hôm ấy, nó không chỉ sát hại bản thân Tổng Thống Diệm và nền Cộng Hòa, nhưng còn là đẩy nhà Việt Nam vào đường khốn cùng trong tay cộng sản.

Bởi lẽ, chẳng bao lâu sau ngày 01/11/1963, từng đoàn môlôtôva của bọn đánh thuê cho Tàu, cho Nga, (*theo lời Lê Duẩn: Ta đánh Mỹ là đánh cho Liên Sô, đánh cho Trung quốc...*) do HCM chỉ đạo đã lẻn vào Nam qua đường hạ Lào, rồi gây nên cuộc máu lửa. Từ đây, bom đạn cày xéo nhà Việt Nam mỗi lúc một khốc liệt hơn. Không còn một con đường, một dòng sông, một khe suối nào mà không có xác người Việt Nam nằm xuống, hay bị dìm sâu bởi bàn tay của Việt cộng. Và rồi, ngày tang thương 30/04/1975 đã đến trong máu và nước mắt Việt Nam.

Đây đã và còn là ngày mà tiếng khóc của người dân Việt Nam không vơi cạn. Đây cũng chính là hình ảnh mà cụ Ức Trai đã nhìn thấy từ mấy trăm năm trước. Cụ viết:

*"Bọn gian tà (CS) bán nước cầu vinh,
Nướng dân đen trên ngọn lửa hung tàn,
Vùi con đỏ xuống dưới hầm tai vạ.
Dối trời lừa dân đủ muôn ngàn kế....
Độc ác thay, trúc Nam sơn không ghi hết tội,
Dơ bẩn thay, nước Đông Hải không rửa sạch mùi...*

Chuyện đất nước ta là thế, nên người Việt Nam lại phải lên đường. Lên đường bằng trăm cách, trăm vẻ khác nhau. Từ đó, không còn một nhánh sông hay bờ biển nào của Việt Nam lại thiếu dấu chân của người Việt Nam bỏ nước ra đi. Những chuyến đi đong đầy nước mắt và sự chết. Từ xưa, người đi gặp nạn vì phong ba bão táp. Ngày nay, phận người Việt Nam phải chết trên bờ cạn, trong biển sâu vì đạn AK của CS. Tuy thế, người đi vẫn đi. Cộng sản sẽ không bao giờ cản được khát vọng Tự Do trong lòng người ra đi hay còn ở lại.

Trong cùng một nhịp đập với con người và đất nước, nơi đây Tình Nước xin được ghi lại dăm, ba hình ảnh và tâm tình của người Việt Nam trong thời chiến, cũng như ước nguyện của họ cho ngày mai:

*"Nào ta đi cho ngày mai bừng sáng,
Này ta về cho đất nước hồi sinh!"*

Trân trọng,
Bảo Giang.

CHÍNH KHÍ CA

Việt Nam linh sử viết ngàn chương,
Chính khí hiên ngang mở rộng đường.
Đỉnh Bắc ra oai lừng bốn bể,
Bến Nam ân đức trải muôn phương.
Tài trai đem sánh cùng non nước,
Chí cả thi gan với chiến trường.
Xương trắng tiền nhân xây đất mẹ,
Máu hồng con cháu giữ quê hương.

20/07/1978

BÀI LỊCH SỬ

Quốc Tuấn, Quang Trung của nước nào,
Sông Đằng, núi Chí ở nơi nao?
Nghìn xưa sử Việt lưu nhân ái,
Sách mới Cộng đem liềm búa vào.
Cả nước tang thương vì nón cối,
Khắp làng nheo nhóc bởi cờ sao.
Đọc trang sử cũ mơ rồi tỉnh,
Nước Việt ta ơi nhớ thuở nào?

Tháng 01/1978

PHÚ LÂM NẠN,
HỊCH CỨU NƯỚC

Đầu làng trống,
cuối thôn chiêng,
Cây cỏ nước Nam như nghìn mũi giáo.
Muôn vạn binh,
trăm ngàn mã,
Thét tiếng loa cho Tống, Hán bay hồn.
Vầng nguyệt tỏ,
Ánh dương soi,
Sánh cùng nước Việt muôn đời hùng vỹ.

Nay:

Dòng sử Việt Nam bỗng gặp cơn nguy biến,
Vận nước nhà lâm nạn cộng phỉ hại dân.
Người trong nước đã muốn phần lao khổ,
Lại cánh cánh bên lòng cái hoạ ngoại xâm.

Thế cho nên:

Chiếng hồi trống thúc,
Nào hỡi Tiên Long,
Như ngàn con sóng,
Thách với đại dương,
Đọ gan trời đất,
Chị ngã xuống, em đứng lên,
Mẹ phất cờ, con ra trận,
Người trong nước, kẻ ngoài biển,
Quyết đưa biển cả núi cao về an bình thái lạc.

Bởi gương xưa:

Tiền nhân ta, một thước kiếm xây nên đế nghiệp.
Dựng xã tắc, lấy Nhân Nghĩa yên định muôn dân.
Cuộc mở nước như ngọn thuỷ triều trong trời đất,
Dẫu hưng vong, vẫn lẫy lừng giữa chốn trời đông.

Năm quý Mão (43) đuổi Tô Định,
Sử nhà Nam ghi tạc công đức Nhị Trưng.
Dáng anh hùng, thân nhi nữ,
Bờ sông Hát ngàn đời còn nghi ngút khói hương.

Đất Thái Bình, (Giáp Tý 544) sinh Nam Đế,
Dòng sử Việt thêm một lần vạn thế lưu danh.
Cờ Thiên Đức, lâu Vạn Thọ,
Mở hội anh hùng Việt Quốc Vạn Xuân.

Vạn Xuân, vạn Vạn Xuân,
Lúc khua chiêng, khi đánh trống,
Trăm vạn mã, ngàn chiến thuyền,
Ngô Vương giữa Bạch Đằng (938) như ngàn con sóng bạc.
Tiếng quân Nam, trong gió bão,
Thế vươn cao trên đỉnh thác trảm Hoằng Thao.
Bàn chân Việt, bước thênh thang,
Năm lần phá tan quân nghịch tặc cướp nước.
Bến Chương Dương, thành Vạn Kiếp,
Cửa Hàm Tử sóng hồng đỏ lấp non sông.
Diệt Minh Hán, triệt Thanh, Nguyễn,
Xoay cơ trời, định bờ cõi, xây nền Độc Lập.
Đâu Toa Đô, thân Ô Mã,
Mộng bành trướng khó thoát nạn sinh bắc tử nam.
Dòng nước xanh, vẫn miệt chảy,
Lớp sóng còn ghi nỗi nhục Lưu Cung,
Mà trang sử Việt vẫn muôn năm trường cửu.

Sang Giáp Thân (1284), Hội Diên Hồng,
Nghìn thu lưu dấu Hưng Đạo Vương vì nước.
Cổng dọc đất, nghiệp ngang trời,
Làm cho khắp nơi sáng tỏ uy thần vũ.
Vây Đông Quan, hãm Chi Lăng,
Chỉ một trận mà Liễu Thăng thân vùi vó ngựa.
Chém Thôi Tụ, tha Vương Thông,
Kiếm Thuận Thiên bạt ngang trời, Lam Sơn vì nghĩa.
Đến Đinh Mùi (1427) vạch biên cương,
Đất chung một dải, thiên thư định phận: Mỗi nhà một cõi.
Nước chảy cùng dòng, cao xanh đã tạo: Nguồn cội khác nhau.

Đến Kỷ Dậu (1789) mở đường sử mới,
Bắc Bình Vương ra tới Thăng Long,
Vào Ngọc Hồi, Sầm Nghi thắt cổ.
Sang Đống Đa, xác Hán từng gò.
Tiếng quân reo long trời lở đất,
Tung vó ngựa, trúc chẻ ngói tan,
Sỹ Nghị bỏ chạy mà Càn Long vỡ mặt.

Nhưng than ơi, thế cuộc xuay vần:
Tổ quốc chưa vui hết ngày hội, mà nơi phương Nam lệ đổ tiễn Quân Vương!
Gặp cơn nước đục Nguyễn Ánh đi cầu binh ngoại để gieo cái hoạ cho nước.
Đâu làng, cuối xóm chó sủa thâu đêm, dân tình không có được giấc ngủ yên.
Trong nhà con thơ khát sữa, ngoài phố phu thợ, lao công thời ho ra máu.
Ghê gớm thay, cuồng bạo thay! Cái ách phong kiến, ngoại xâm.

Sau trăm năm, mạch sống xoay vần,
Cơ trời thăng hoa, đất thời chuyển động,
Non sông chưa thoát ngoại xâm, Việt Minh đã dựng cờ hồng.
(1930)
Gặp năm đói (1945) chuột đồng về phố,
Cửa nhà hoang, máu đổ khắp thành.
Sáng đấu tố, chiều đấu tố, chúng đấu cho hết những người vì tổ quốc.
"Đào tận gốc, trốc tận rễ", Nó quét cho sạnh đạo lý luân thường!

Nơi tôn nghiêm, Cộng kéo về là đá không còn chồng trên đá.
Phá chùa xưa, đập giáo đường, miếu thần hoang gạch nát từng viên.
Cánh đồng hoang, hồ khô cạn, xác chết trương lên giữa phố bốc mùi ô uế.
Bầy chuột đói, chạy vòng quanh, bầy đàn hương án, chia phiên bán nước cầu vinh.
Người chết không nấm mồ, kẻ sống mất đồng ruộng:

Thằng bé mới lên năm,
mặt xanh như tàu lá,
ngã chúi đầu trên sàn,
mồm ấp a ấp úng,
Ông ơi, Hồ... Hồ Chí Minh giết người.
Đứa trẻ năm xưa,
nay đầu đã bạc,
tên người tưởng ma,
đổ gục xuống đất,
đôi mắt trừng trừng,
máu trào ra miệng. Lại cũng là... Nó!

Cắc... cắc... tùng... tùng... cheng!

Việt Minh lập hội, tiêu công lý,
Cộng Sản kết bè, triệt tự do.
Hỡi ơi, cơn đau như xé ruột,
Tiếng thét uất nghẹn chẳng ra hơi.

Mảnh đất nào cho dân ta ở,
Nước sông nào cho dân ta uống,
Gạo thóc nào cho dân ta ăn,
Sữa mẹ nào cho con bú mớm?
Tám mươi năm giặc cộng kéo về,
Xương cốt Việt chất cao bằng núi.
Ôi! Ngày đại nạn, sao mãi ngủ yên!

Cắc... cắc... tùng.... tùng.... cheng...

Nào hỡi Tiên Long,
Hãy một lần nhìn lại giang sơn cẩm tú.
Bắc Hồng Hà, nam Cửu Long, nối liền thân một gánh Hoàng Liên.
Từ Nam Quan, đến Cà Mâu, lưng tựa Trường Sơn chung sức trải ra biển lớn.
Là cơ đồ, là sản nghiệp, là hơi thở, là máu xương của tiền nhân để lại cho lũ cháu đàn con.
Nay, tủi hận chưa,
Suốt một giải giang sơn ấy không còn nơi nào thiếu dấu chân quan cán thời Tống - Hán.
Đau xót chưa,
Nam Quan, Bản Giốc, Lão Sơn, Hoàng Sa, Trường Sa... là đất mẹ bỗng đổi tên ra xứ người!

Ôi! Quốc phá gia vong.
Nước mắt lau chẳng ráo,
Thương vì hai chữ Non Sông.
Dân không nhà, nước vô chính lệnh.

Hỡi toàn dân Việt,
Tổ Quốc lâm nguy.
Ai người vì nước,
Đứng dậy mà đi.

Người đi, chí toan bắt voi rừng hổ báo,
Có lẽ nào lo ngại chồn cáo mèo hoang?
Kẻ xuống biển tìm diệt kình ngư, hà bá,
Có khi nào lại sợ cóc nhái dưới chân?

Nào Ta đi cho Việt Nam ngời sáng,
Này Ta về cho hồn nước trào dâng.
Đất của Mẹ, một ngọn cỏ ta thề không bỏ,
Núi nước Nam, một viên đá ta quyết chẳng rời.
Chị ngã xuống, em đứng dậy,
Diệt cho hết phường bán nước hại dân,
Mẹ phất cờ, con ra trận,
Quét cho sạch bọn bành trướng bắc phương.
Người trong nước, kẻ ngoài biển,
Dựng cho cao ngọn cờ Độc Lập.
Hát cho đều tiếng hát Tự Do.
Cho ngàn ngàn sau, dòng sử Việt còn lưu danh cùng trời đất.
Cho vạn vạn thế, người nước Nam cùng bốn bể an lạc, hòa minh.

Cẩn,
01/05/1999

VỊNH CÁI NHÀ GIỘT

Nhà tôi đã giột mấy niên rồi,
Hố bạn tới chơi chẳng chỗ ngồi.
Dưới mái trống lên sao lốm đốm,
Giữa nhà nắng xuống vẽ hoa chơi.
Mấy vì kèo cột đều hư nát,
Đôi bức tường vôi cũng đổ rồi.
Nhắc bạn sang chơi bàn bạc giúp,
Phen này dựng lại một lần thôi.

Thu 1977

Đây là bài thơ đầu đời của tôi đã làm trong nhà tù B5 Biên Hoà vào cuối tháng 8-1977.

CẢM ĐỀ 30-4

Hai mươi lăm năm trước,
Vào ngày mất nước,
Ngửa nhìn trời,
Mây thẫm đen,
Máu thẫm đỏ.
Trời khóc, thương người áo rách.

Hai mươi lăm năm sau,
Giỗ ngày rách áo,
Ngoảnh về nam,
Dẫn như mực,
Cộng như son.
Khỉ cười, mừng ngày đắc thế.
Than ơi, sao thời lại thế?

Đầu năm 2000

BỨC DƯ ĐỒ

Tấm bảng ai treo khéo gợi sầu,
Con đường nước Việt hướng về đâu?
Lối xưa oanh liệt không còn dấu,
Đất mới tang thương cảnh úa màu.
Lũ trẻ vẽ vời cây lá đỏ,
Phường tuồng gõ trống nát nương dâu.
Hai bên máu chảy khôn hàn gắn,
Một giải giang sơn vạn gánh sầu.

Cuối đông 1977

CHIẾN SỸ VÔ DANH

Kính dâng người chiến sĩ đã một đời vì tổ quốc Việt Nam.

Tôi viết bài thơ Hồn Tử Sỹ,
Kính dâng người Chiến Sỹ Vô Danh.
Người là những anh tài đất nước,
Đã một thời sống với quê hương.

Người không màng cao sang, bổng lộc,
Chẳng tơ vương chờ đón vinh quang.
Nhưng sống mãi trong lòng dân tộc,
Trọn một đời vì nước hiến thân.

Dù người đến từ ngàn thu trước,
Hay mới vào cuộc chiến hôm qua.
Tất cả vì tương lai nước Việt,
Cho dân Nam sống với thanh bình.

*
* *

Người đến như mây ngàn gió núi,
Sống một đời gói trọn tình thân.
Rồi ra đi viết bài kinh sử,
Cho ngày về hồn nước trào dâng.

Người đứng lên quê hương đổi mới,
Dưới chân tường từng lớp xâm lăng.
Trong hố thẳm phủ đầy xương khói,
Có hồn chúng với những rêu phong.

Người đi trên rừng tên biển lửa,
Đem hào khí về với quê ta.
Cho màu cờ Tự Do tươi nở,
Cho đất Việt rạng rỡ tương lai.

Người về đây từ ngàn năm trước,
Chung bước đường đến vạn đời sau.
Người soi sáng cho hồn chiến Việt,
Lướt gió mây thẳng tới ngày mai.

Người đứng lên đất trời rung chuyển,
Đạp cho nát bội nghĩa vong ân.
Phá cho tan gian thần bán nước,
Đường người đi muôn bước không rời.

Kìa ngoài biển khung trời lộng gió,
Hay trong đêm sấm chớp oán hờn.
Người vẫn đi không sờn nguy khó,
Dẫu tuyến đầu thịt nát xương tan.

Trong chiến đấu người thay thần thánh,
Lòng coi thường súng đạn hiểm nguy.
Vì quê hương tình chung không đổi,
Dẫu thác về chẳng chuốc vinh hoa.

Gánh trên vai tình nhà nợ nước,
Cười ngạo nghễ bão lửa rừng tên.
Đạp dưới chân những phường gian trá,
Cho ngày về chiến thắng vinh quang.

Bảo Giang

* *

Ngày người đi nước nhà nguy biến,
Bước quay về bốn biển hoan ca.
Khắp nước Nam chung hòa tiếng hát,
Người chẳng màng đôi chút lợi danh.

Khi quê hương không còn chinh chiến,
Người quay về với cánh đồng quê.
Bỏ gươm đao vui mùa lúa mới.
Cùng cháu con hướng tới tương lai.

Sáng nắng lên vườn mai khóm trúc,
Đón cảnh chiều vui với nương dâu.
Ở đó là tình người muôn thuở,
Ở đó là hoa nở khai xuân.

Người về đây như làn gió mát,
Bước chân đi như cánh chim bằng.
Giang đôi tay một lòng dũng cảm.
Rạng đất trời một nét thanh cao.

Ngày ra đi chẳng cầu lưu ký,
Cũng không màng bút sử để danh.
Dù một ngày mộ hoang giữa núi,
Hay có là gò đá biên cương.

Dòng máu người thấm vào đất mẹ,
Thịt xương này không thể nát tan.
Cùng hòa vào hồn thiêng sông núi.
Để muôn đời sống với quê hương.

Như thần linh khơi nguồn mạch sống.
Từng đêm ngày bảo vệ non sông.
Để nơi nao có giòng máu Việt,
Ở nơi đó vẫn có hồn người.

*
* *

Hôm nay, giữa làn hương nghi ngút,
Ước nguyện đời nhẹ bớt tơ vương.
Đưa người về bến thiêng vĩnh cửu,
Để hồn linh cất bước thênh thang.

Này lời ca trong ngàn chiến sử.
Tạ ơn Người vì nước hy sinh.
Để ngàn sau gởi đời con cháu,
Khắc danh người trên tấm bia tên.

Thế trận sinh tử một bài thơ.
Đất Việt ngàn năm dấu chẳng mờ.
Mở nước tiền nhân đôi gánh nặng,
Giữ nhà hậu thế tiếp đường tơ.
Hồn vì nước, máu hòa sông núi.
Xác gởi quê hương, rạng bóng cờ.
Cổng bắc, thành nam hương khói tỏa.
Đường về tổ quốc sử nghìn thu.

Bảo Giang,
Tháng 07/1995

TIẾNG HÁT

Tiếng hát xa rồi nước Việt ơi,
Áo cơm nồng nỗi thẹn cho đời.
Nghìn năm tranh đấu thành non nước,
Một phút ba mươi nát nghiệp rồi.
Hỡi cháu con Trần Lê Lý Nguyễn,
Sao người không tỉnh, cứ vui chơi.
Bỏ quê yêu dấu nghìn năm ấy,
Nước mắt từ đây thế tiếng cười!

Tháng 08/1977

ĐÀI TỬ SỸ

Chênh vênh cuối phố một đài cao,
Nơi ấy xưa kia lắm tự hào.
Sỹ tử hiên ngang vì nghiệp nước,
Anh tài xếp bút giải binh đao.
Bốn nghìn năm lẻ rạng sông núi,
Một phút ba mươi xiết nghẹn ngào.
Cảnh cũ còn đấy cơn gió thổi,
Hỏi người nước Việt ở nơi nao?

01/01/1990

VÁ CỜ

1.
Em vá cho dân một lá cờ,
Như người nước Việt dựng bài thơ.
Cảnh Nam nắng ấm chim làm tổ,
Lối Bắc rêu phong ngựa thẫn thờ.
Cung điện xứ người hoa nắng nhạt.
Mái tranh quê mẹ đượm tình mơ.
Ai quên tổ quốc ngàn yêu dấu,
Em bé Việt Nam vẫn giữ cờ.

2.
Em bé quê tôi vẫn giữ cờ,
Khối tình nước Việt rạng hồn thơ.
Nghìn thu linh sử còn soi bóng,
Vạn thế đất thiêng dấu chẳng mờ,
Mũi chỉ đường kim em dệt mộng,
Màu vàng sợi đỏ kết nên mơ.
Em ơi Tổ Quốc nhờ em đó,
Mau lớn khôn lên giữ cõi bờ.

3.
Mau lớn khôn lên giữ cõi bờ,
Quê ta một giải đẹp như thơ.
Trường Sơn ấp ủ đường tây bắc,
Biển Thái đông nam nước gọi bờ.
Nương sức tiền nhân tạo lịch sử.
Theo dòng con cháu viết thiên thư.
Cò bay thẳng cánh miền sông hậu,
Ngựa đá Nam Quan vững thế cờ.

4.
Ngựa đá Nam Quan vững thế cờ,
Thiên thu định phận giữa đôi bờ,
Phương nam linh địa người nam ở,
Hướng bắc thu phong dẫn bắc nhờ.
Cửa ải Chi Lăng lời nhắc nhở,
Suối thiêng Vạn Kiếp tiếng reo hò,
Dân quân triều Lý lừng sông núi,
Cửa trận Đống đố giặc cuốn cờ.

5.
Cửa trận Đống Đố giặc cuốn cờ,
Tàn Nguyên vỡ mộng, chết còn mơ.
Nam chinh chiêng trống vang trời đất,
Bắc phạt ngựa xe cát bụi mờ.
Những tưởng xuôi nam Giao Chỉ diệt,
Ngờ đâu thấy Hán ngập sông hồ.
Nghìn sau sách sử còn ghi nhớ,
Hưng Đạo vì dân đã dựng cờ.

6.
Hưng Đạo vì dân đã dựng cờ,
Phương nam núi lở tiếng reo hò.
Bạch Đằng nghe gió vỡ gan giặc,
Hàm Tử, Chương Dương rạng cõi bờ.
Theo gót tàn Nguyên, Minh tận số.
Nối dòng Việt sử mở bình Ngô,
Lam Sơn vì nghĩa diệt cường bạo,
Thành Mẽ, Cổ Loa rợp bóng cờ.

7.
Thành Mẽ, Cổ Loa rợp bóng cờ,
Non xanh nước biếc thỏa lòng mơ.
Từ nam ra bắc dân vui hội,
Cả nước hân hoan hết lệ mờ.
Một thuở tiền nhân gây dựng nước,
Muôn đời con cháu viết nên thơ.
Đài cao nước Việt dùng ân đức
Bốn bể mai này lặng gió mưa.

8.
Bốn bể mới vừa lặng gió mưa,
Thăng Long đau xót nhận tin thư.
Mãn Thanh muôn vạn phạm bờ cõi.
Nước Việt hưng binh đợi dưới cờ.
Văn võ khai thành như trảy hội,
Quang Trung phát lệnh đón giao thừa.
Đống Đa pháo nổ tan tành giặc,
Tổ quốc ta ơi, rạng bóng cờ.

9.
Tổ quốc ta ơi một bóng cờ,
Cỏ Tây phe phẩy mấy đường tơ,
Thuyền to súng lớn theo gương Mãn,
Đất Việt rừng thiêng dấu chẳng mờ.
Một trận thư hùng tan xác pháo,
Trăm năm công nghiệp vững đôi bờ.
Toàn dân kháng chiến rạng non nước,
Cộng phỉ vẽ vào vết bụi nhơ.

10.
Cộng phỉ vẽ vào vết bụi nhơ,
Giang sơn khốn khổ mấy ai ngờ.
Dọc làng bác đảng vung liềm búa,
Khắp nước lẻ dân chết bụi bờ.
Lá Đỏ phơi màu tủi đất nước,
Cờ Vàng dân tộc sáng lời thơ.
Hỡi con cháu Lý Trần Lê Nguyễn,
Hãy đứng lên đi dựng lại cờ.

11.
Hãy đứng lên đi dựng lại cờ,
Quê ta ngạo nghễ vạn lời thơ.
Tiền nhân anh dũng dựng non nước,
Con cháu hiên ngang giữ cõi bờ.
Đỉnh bắc còn ghi tên chiến địa,
Bến nam vẫn nhớ tiếng reo hò.
Đường đi muôn bước còn dang dở,
Em bé Việt Nam quyết giữ cờ.

Tháng 01/2000

TA ĐI

Ta đi một sớm chiều không nắng,
Đất đã tang thương rặt cỏ hồng.
Nơi ấy ai tìm vào quãng vắng,
Chiều về một bóng với thinh không.

Ta đi nắng hạ tràn thương nhớ,
Kẻ bắc người nam đồng với tây.
Non nước đôi đường là cách trở,
Tìm đâu cho thấy ánh trăng đầy.

Ta đi hôm ấy chiều mây xám,
Gởi lại cho em một gánh buồn.
Từng bước vào ra nơi gió cát,
Nhìn trời ngó đất giọt mưa tuôn.

Ta đi ôm ấp tình xưa nặng,
Em đến nơi xa cảnh nhớ nhà.
Thao thức từng đêm đôi mắt trắng,
Còn đâu ngày tháng của riêng ta.

Ta ước một ngày tan nắng đỏ,
Em về ngày tháng của năm xưa.
Vườn hoa năm ấy đua nhau nở,
Mở lối cho người tròn ước mơ.

Ta đi chẳng bước theo đường cũ,
Một bước lang thang một bước hờ.
Trời đất nơi đây đều khác lạ,
Nắng mưa sấm sét chẳng theo mùa.

Ta đi vẫy gọi muôn đôi núi,
Thức dậy đi em, nước biển tràn.
Biển đỏ ngoài kia nước mắt đỏ,
Về đây nối kết kẻo nhà tan.

Chiều nay một mình trên sân vắng,
Từng bước ta đi nhớ chuyện nhà.
Những cánh hoa xưa rồi lại nở,
Hay là chỉ thấy những cành trơ?

Năm tháng từ đây cũng vội quá,
Cho ta thao thức cảnh xa nhà.
Quê hương đã mất cùng năm tháng,
Mất cả tình xưa lúc hẹn hò.

Ta biết ngày đi khó trở lại,
Ngồi chờ năm tháng chẳng thêm hoa.
Bàn chân ấn mạnh trên thềm cát,
Đôi mắt rưng rưng dấu lệ nhòa.

Như tiếng người về ngoài cửa lớn,
Tim ta nở rộ giữa ngàn mây.
Đứng lên đón lấy tình yêu dấu,
Bọt sóng ai ngờ cũng thoáng bay!

Ta gọi thời gian vào quãng vắng,
Rồi chờ rồi đợi những đêm thâu.
Ngoài kia mưa gió chung nhau bước,
Thôi nhá kiếp này khéo bụi bay.

Về đâu cho thấy ngày mai thế?
Tất cả là không dưới bóng mờ.
Đi mãi thời gian nào sẽ đến,
Dòng đời năm tháng lại hư vô.

Nơi ấy còn nguyên hình dáng cũ,
Ngừng chân lại xót bước quê nhà.
Người đi mưa gió cầu hoang phế,
Cố quốc từng đêm tiếng khóc òa.

Cành hoa năm trước em còn nhớ,
Ta đứng bên nhau lúc bóng tà.
Vương vấn tình thơ không thể ngủ.
Đêm về mơ mộng mãi nơi xa.

Ta ước ngày mai chung một lối,
Đi tìm ngày cũ với hương xưa.
Cầu mong bên ấy nguyên hình dáng.
Để dấu thương yêu chẳng bụi mờ.

Người ơi hãy sống cùng năm tháng,
Chớ để hè về lại mất nhau.
Lá úa bên sông rồi cỏ mọc,
Ngày dài thoáng mắt lại chim bay.

Ta nhớ người đi từ buổi ấy,
Ta ngồi ta đếm cảnh mây bay,
Người đi đi mãi không về nữa,
Còn lại nơi đây cái ghế dài.

Theo gió mây đi không trở lại,
Về đây năm tháng với mưa rơi.
Nhớ người, ta khóc khô đôi mắt,
Bởi lẽ tuổi già đã cạn hơi.

Ta vẽ thời gian theo trí nhớ,
Người về như cội đổ về rừng.
Ngàn sau còn dấu cơn binh lửa,
Một cánh nhà Nam vẫn nghẹn ngào!

Nơi đây đất mới, trời không mới,
Ta đổi cuộc đời mấy vận thơ.
Nhớ lại ngày xưa theo tiếc nuối
Còn đâu năm tháng với trăng mờ!

Ta đi như cánh chim lìa tổ,
Một thuở xa quê lắm nghẹn ngào.
Thoáng mắt đời người là qúa ngắn,
Trả sao cho hết nợ non cao?

Ta thấy hồn ta bao thổn thức,
Ngày về còn ước cảnh bên hoa.
Tung tăng đuổi bướm theo từng dấu,
Để thấy ngày dài sắp bước qua.

Ta đi cho gió vào thương nhớ,
Cảnh cũ còn đấy những xót xa.
Chỉ tiếc thời gian là có hạn,
Thế trần lại đổi lắm phong ba.

Ta gọi thời gian vào quãng vắng,
Thiên thu còn mãi ánh trăng vàng.
Ngày đi đã nhắc chừng năm tháng,
Tiếng hát nửa vời đã vội tan.

Ta đứng giữa trời chờ nắng mới,
Đường Nam cỏ mọc ánh trăng tàn.
Ngoài kia cây đổ ngàn hoang phế,
Gió lách qua rào khói bụi tan.

Ta gọi thời gian ngày tháng cũ,
Ngàn sau còn mãi xót quê nhà.
Giữa đường tiếc nuối câu hò hẹn,
Đời người lại ngắn chẳng nghìn năm!

Tháng 01/2010

CÁNH HOA TRƯỚC GIÓ

Nắng gọi xuân về tôi đứng trông,
Dáng hồng tha thướt ở bên song.
Một thân như liễu mọc gai nhọn,
Đôi lá xanh non nở tháp hồng.
Ngọn gió la đà trên cánh mỏng,
Thân hoa rung động tận trong lòng.
Nở tung giữa trời đôi hoa nắng,
Khép lại trong tim một bóng hồng.

Tháng 01/1999

KHAI BÚT

Bên đường bánh pháo nổ khai xuân,
Theo khói lung linh họa mấy vần.
Váy đỏ thằng hề phơi giữa phố,
Sao vàng gái đĩ buộc trên sân.
Nhờ thời nón cối kiếm ăn dễ,
Đục nước dép râu chẳng mất phần.
Chim Việt lỡ thời đổi cánh mới,
Mai vàng không nở mộng gì Xuân?.

Xuân 1980

CẢNH XUÂN

1.
Xuân về ngán nỗi cảnh bơ vơ,
Chẳng khóc mà sao mắt lệ mờ!
Tuổi tác thêm sâu bờ đất khách,
Tháng năm xót dạ chốn quê xưa.
Rượu nồng ray rứt lòng nhân thế,
Phím nhạc tơ chùng hết mộng mơ.
Lá rụng bên thềm mai chẳng nở,
Xuân sang vắng nhạn khó đề thơ.

2.
Xuân sang vắng nhạn khó đề thơ,
Ba mươi sắp hết chẳng ai chờ.
Khói nhang vắng lạnh nơi nhà miếu,
Rêu mốc đền xưa dấu phủ mờ.
Đâu phút linh thiêng đời cũ mới?
Đây giờ khắc khoải thế giao mùa.
Đì đùng dăm tiếng kêu ngoài ngõ,
Lẹt đẹt đôi nơi tiếng pháo hờ.

3.
Lẹt đẹt đôi nơi tiếng pháo hờ,
Xa quê không pháo cũng giao thừa.
Tiễn đưa năm cũ không kèn trống,
Rước đón xuân sang với thẫn thờ!
Cơm áo ra đi, đời lẻ bóng.
Gối chăn ở lại, mảnh tình trơ.
Tìm đâu mai thắm bên thềm cũ,
Chỉ thấy quanh đây dấu lệ mờ.

4.
Chỉ thấy quanh đây dấu lệ mờ,
Xuân ơi xuân đến qúa ơ hờ.
Túi người lỡ bước đôi tay trắng,
Xót kẻ quê nhà cạn ước mơ.
Năm tháng trôi đi hương phấn nhạt,
Ngày giờ xum họp chỉ trong thơ.
Không hoa xuân đến thêm hờn tủi.
Đất khách dở đời vết bụi nhơ!

5.
Đất khách dở đời vết bụi nhơ.
Mươi năm gió thoảng mấy ai ngờ:
Chim khôn vỡ tổ không nơi tựa,
Kẻ khó xa quê kiếp sống nhờ.
Ngoảnh mặt về nam nghe tiếc nuối,
Trông vời phương bắc nuốt bơ vơ.
Ai vui mảnh đất nhiều cơm áo?
Có kẻ khóc đêm bởi lỡ cờ.

6.
Có kẻ khóc đêm bởi lỡ cờ,
Thương cho dân Việt giống Hời ơ!
Quê xưa gặp biến người nheo nhóc,
Đất mới tang thương gánh thẫn thờ.
Nhớ thuở cha ông gầy dựng nước,
Nay hờn con cháu ngủ như mơ,
Người đi chim cũng bay xa tổ,
Ai nhớ xuân sang để đợi chờ?

7.
Ai nhớ xuân sang để đợi chờ,
Cho tôi nhắn tới một lời thơ.
Đường xưa thân trúc lòng băng giá,
Lối cũ tùng cao dấu lệ mờ.
Đất mẹ tết này hoa chẳng nở,
Xuân nơi hải ngoại cũng không cờ?
Trống chiêng khéo gõ muôn ngàn vẻ,
Cắc cắc beng beng chuyện vỡ bờ.

8.
Cắc cắc beng beng chuyện vỡ bờ,
Non Lam mỏi cổ ngóng tin thơ.
Người đi theo nước, non không lại,
Kẻ ở trông mây, gió hững hờ.
Lỡ vận giữa rừng đôi cánh én,
Long đong cuối chợ khách bơ vơ.
Tình riêng một mái, thuyền không bến,
Nước rộng cuối dòng ai đón đưa.

9.
Nước rộng cuối dòng ai đón đưa?
Dăm câu sáo ngữ khéo dư thừa.
Sớm mai múa rối, anh hàng trống,
Tối đến nhi nhỏ, gã kéo cờ.
Tội kẻ đau lưng chân gối mỏi,
Khốn người tóc bạc mắt hoen mờ.
Khói nhang khấn vái làn nghi ngút,
Áo mão cân đai hổ bóng cờ.

10.
Áo mão cân đai tủi bóng cờ,
Non cao mẹ gọi mảnh tình trơ.
Bốn ngàn năm trước không xa tổ,
Mấy vạn đêm sau kiếp sống nhờ?
Hổ bước sa cơ hờn cũi sắt,
Người lầm quốc nạn dạ thờ ơ!
Trong làng tiếng trống câm hơi thở,
Ngoài nước khua chiêng khéo tảng lờ.

Xuân 1985

CẢNH
LẠC
ĐƯỜNG

Một kẻ nhưng không bỗng lạc đường,
Trời cao khôn với đất khôn lường.
Đường Nam nước mắt tuôn lai láng,
Đất Bắc tiếng cười quyện khói hương!
Tuổi trẻ đem mơ đi dựng nước,
Xế chiều vỡ mộng trắng tơ vương.
Thân nơi đất khách dầm mưa nắng,
Hồn ở lưng trời vái tứ phương.

Thu 1982

ĐÊM TRĂNG NHỚ BẠN

1.
Tri kỷ đâu người đã biết ta,
Nghìn đêm trở giấc xót quê nhà.
Ra đi nhung nhớ tràn lên mắt,
Ở lại đau thương đọng phím ngà.
Nhớ thuở tung hoành nơi gió cát,
Tủi ngày bó gối ngậm vong ca.
Rừng sương khói tuyết không vương hận,
Giữa phố đêm nay dấu lệ nhòa.

2.
Giữa phố đêm nay dấu lệ nhòa,
Xót đời vùi dập kẻ tài hoa.
Xuân xanh chớm nở say mải kiếm,
Lũ trọc (*) đua nhau vớt tiếng ngà.
Vận nước tang thương thành nước lũ,
Thế dân hờ hững hóa tan nhà.
Than ôi thế sự sao nên nỗi,
Tiếng khóc giữa đời xé dạ ta.

Tháng 04/1985

(*)   Kẻ mua danh

GỌI NƯỚC

Việt Nam ơi đã mấy đông rồi,
Ngần ngại điều chi mãi đứng ngồi?
Phía bắc còng lưng đeo nỗi khổ,
Phương nam chạy gạo đổ mồ hôi.
Trẻ thơ không sữa nhao nhao gọi.
Đầu bạc thiếu ăn nhấp nhổm ngồi.
Tỉnh dậy đi anh sao ngủ mãi,
Mơ màng chi nữa khổ dân thôi.

Đông 1977

TIẾNG GỌI LÊN ĐƯỜNG

Nào anh em ta,
Mau hãy về đây mà lên đường,
Liều thân cho quê hương,
Cho tương lai Việt Nam ngời sáng.
Nào anh em ta,
Mau nắm tay nhau cùng lên đường,
Dẹp tan quân xâm lăng,
phá cho tan hết mọi xích xiềng.

Việt Nam ơi, đứng lên đi, ta còn đây sức sống kiêu hùng.
Việt Nam ơi, mau về đây, ta cùng nhau đáp lời sông núi.
Tiến bước, tiến bước lên. Xây ngày mai quang vinh.

Ngày mai yên vui.
Ta bước bên nhau mà vui cười.
Mừng nhau trong hân hoan,
Lau sạch đi muôn làn nước mắt.

Nhìn quê hương ta,
Ôi nước non xinh đẹp vô cùng.
Mẹ bồng con trên tay,
hát vang vang khúc nhạc thái hòa...

Nhìn xem quê ta,
Non nước nghìn năm giờ điêu tàn.
Cộng gây ra đau thương,
Cho dân ta không còn sức sống.

Người xa quê hương,
Mau hãy về đây cùng kết đoàn,
Dẹp tan quân xâm lăng,
phá cho tan hết mọi xích xiềng...

Rồi mai yến vui,
Sông núi từ đây là thanh bình,
Người người trong hân hoan,
Vai chen vai chung một khúc hát.

Việt Nam quê ta,
Non nước nghìn năm đẹp vô cùng.
Người người trong tin yêu,
Xoá cho tan hết mọi oán thù...

Mùa quốc hận 2000

Bảo Giang | 57

GẶP NGƯỜI TRONG TÙ

1. Kính dâng thân phụ
Tuổi đời đã ngoại sáu mươi tư,
Chẳng được an thân vẫn phải tù.
Tuổi trẻ đã từng ngang dọc lắm,
Về già há chịu cảnh mây u?
Dẫu cho vận nước gặp cơn bĩ,
Giữa lúc răng long mắt đã mờ.
Vẫn quyết đem thân vì non nước,
Để đời con cháu được yên vui.

05/08/1977

2. Riêng tặng ba người anh
Ơ hay bác cũng đi tù à,
Chí cả vá trời bác với ta.
Nợ nước một lòng trung báo đáp,
Vì dân hai chữ trọn tình a.
Vá cờ gắng sức công chưa toại,
Lỡ vận cùm chân lụy đến nhà.
Dẫu thế đường đời nên gắng gỏi,
Làm trai há sợ cảnh phong ba.

Tháng 12/1977

LINH HỒN TƯỢNG ĐÁ

Linh hồn tử sỹ ở đây chăng,
Đất lạnh chôn đời đả dối dăng?
Tượng đá hôm nào ôm súng gác,
Ấm hồn tử sỹ những đêm trăng.
Ngày tàn lỡ vận quân cùng tướng,
Gió lạnh giáp hè chẳng khói nhang.
Gục chết bên đường thân tượng đá,
Tủi hồn tử sỹ bỏ đi hoang?

20/07/1978

CHIỀU QUA NGHĨA TRANG

Sương khói ai giăng ở cuối trời.
Bia người chiến sỹ nắng mưa phơi.
Ngày đi ấp ủ tình non nước,
Mảnh đất quay về manh áo tơi!
Vị quốc công hầu khen sắc áo,
Vong thân nghiệt ngã đổi màu cờ.
Tự Do ơi, tủi hổn người sống,
Kẻ chết đã đi để đáp lời.

20/07/1978

VỀ ĐÂY

Nắng mới vươn lên tiếng gọi mời,
Gởi người lữ khách dạ đầy vơi,
Về đây ta sống cùng non nước,
Cho tiếng ca vang rạng đất trời.

Ta hãy về đây nam bắc ơi,
Thắp lên ngọn đuốc để soi đời.
Nghìn thu trước nắng vàng soi sáng,
Vạn thế sau đuốc Việt vẫn ngời.

Ta hãy về đây non nước ơi,
Năm mươi năm khốn khổ qua rồi.
Ngày mai đất nước thanh bình đến,
Tiếng hát ngân vang đến trọn đời.

Ta hãy về đây lữ khách ơi
Hiên ngang tiến bước để xây đời.
Kìa tiền nhân giữa trời uy dũng,
Lũ cháu con ta quyết đáp lời.

Ta hãy về đây tay nắm tay,
Chung nhau tiếng hát vút ngàn mây.
Bài ca non nước nghìn năm ấy,
Như tiếng kèn vang hết mọi ngày.

Ta hãy về đây vai sánh vai.
Tình quê chan chứa nghĩa cao dày.
Bên nhau gắn bó tình huynh đệ,
Núi cả sông dài tay nắm tay.

Ta hãy về đây chung tiếng ca,
Khung trời nước Việt rộng bao la.
Bên nhau ta hát mừng ngày mới,
Tiếng hát vang vang khắp mọi nhà.

Ta hãy về đây chung mái nhà
Quên đi lửa khói với phong ba.
Kề vai sánh bước trong ngày mới,
Kết lại tin yêu non nước nhà

Ta hãy về đây dưới bóng cờ,
Như muôn cánh nhạn giữa trời mơ.
Ngày mai nước Việt ngàn tươi sáng,
Đất nước hân hoan rạng cõi bờ.

Ta hãy về đây nam bắc ơi!
Đan tay kết ước để xây đời.
Ngàn xưa nước Việt như trăng sáng,
Vạn thế phương Nam đứng giữa trời.

Mùa thu 8-2012

KHÚC TỰ TÌNH

Vì cảm nỗi lòng của người theo nước mà lỡ vận.
Tôi hoạ Khúc Tự Tình này từ vận của một bài thơ
đăng trên báo vào khoảng năm 86.
(Không nhớ tên TG. Xin tạ lỗi)

1.
Bao năm tranh đấu thế là toi,
Chí khí ngất trời thành vẽ voi.
Đất Thái một lòng trung với nước,
Bến Hồng đôi lạch hẳn gương soi.
Nửa đường đứt gánh tan tình cũ,
Máu lệ tuôn trào khóc lẻ loi.
Nước mất nhà tan, ôi thế sự,
Thăng trầm năm tháng lại đưa thoi!

2.
Năm tháng thoi đưa nhớ chuyện xưa,
Đường về ngày ấy khóc như mưa.
Bơ vơ một bóng không nơi tựa,
Lạc bước giữa đời hết mộng mơ!
Bảy bảy người đi, tôi cũng phận,
Tám mươi trở lại, mảnh tình trơ.
Giòng sông ly biệt không khô lệ,
Đỉnh núi giang tay gió đổi mùa.

3.
Đổi mùa gió rét suốt năm canh,
Phận bạc hồng nhan xác tuổi xanh.
Cánh lá gieo cầu, đau đớn nguyệt,
Đài hoa sớm rụng, xót đêm thanh!
Người đi ấp ủ nuôi tình cũ,
Kẻ ở phòng sương khó một mình.
Tám mốt nếu hay chẳng đổi hướng,
Thân này dẫu thác cũng vì anh.

4.
Vì anh tan nát đóa hoa rồi,
Chẳng khóc mà sao vẫn mặn môi.
Mắt đỏ nghìn đêm không ráo lệ,
Thương đau vạn thuở lẽ nào nguôi?
Nửa đêm tỉnh giấc không thành mộng,
Đến sáng nắng về rách tả tơi.
Ai xót cho đời chăn gối lẻ,
Người đi nào hiểu nỗi lòng tôi.

5.
Lòng tôi khép kín tự lâu rồi,
Từ lúc về đây dựng lại đời.
Mỏi mắt từng chiều mong vó ngựa,
Giang tay đón nắng nhạc xa xôi!
B5 ⁽*⁾ cách trở đôi đường ngược,
Xuân Lộc hẳn là chẳng bỏ tôi?
Bảy chín đã về sao chẳng đến?
Non chờ nước đợi mảnh đơn côi!

6.
Đơn côi kiếp sống, sống như thừa,
Hoa đã lỡ thời bướm chẳng ưa.
Sự nghiệp vá trời tan xác pháo,
Tình yêu chung thủy chảy theo mưa.
Đường trần khi biết... thì đã lỡ,
Bụi thế nửa đời... đã đủ chưa?
Nhắm mắt liều chân theo số mệnh,
Khấn trời quên được mảnh tình xưa.

(*) Tên nhà tù ở Tân Hiệp, Biên Hòa.

7.
Tình xưa đã để gác bên lề,
Năm tháng dần phai dấu não nề.
Xải cánh người đi tung vó ngựa,
Thân cỏ có quạnh dưới chân đê.
Hồn hoa héo rũ bên thềm cũ,
Tiếng nhạc theo mây xóa hẹn thề.
Trở gió ai bày cơn xé ruột,
Đường thư gói lệ bản tin về.

8.
Tin về khơi lại mộng xa xăm,
Một thoáng điên cuồng bỗng giận căm.
Cuối nẻo chân trời chim nhịp cánh,
Cửa tù én đợi, đợi nghìn năm!
Giang tay vẫy gọi người muôn lối,
Mỏi gối trông chờ khách biệt tăm.
Thổn thức chiều thu cơn lá rụng.
Đồng tàn cánh bướm trảy xa Nam.

9.
Xa Nam thoát nợ cánh chim say,
Mộng vá đêm xuân mộng vá ngày.
Cảnh trúc la đà thân quãng vắng,
Ngọn lau phe phẩy kiếp heo may.
Bao năm xuôi ngược xây mộng ước,
Phút chốc mơ phai tan tác bay.
Mới biết đường trần toàn ảo ảnh.
Duyên tình đã đứt vẫn còn cay?

10.
Còn cay nên trách lỗi sai nguyền.
Có nhớ đường chiều buổi vượt biên.
Vội vã ngựa đi không nhạc hí,
Truy phong nước đại bỏ cầu nguyền.
Bây giờ đất khách nhớ thương lắm.
Ngoảnh mặt về nam giả tiếc duyên?
Con nước từng theo còn bỏ được,
Xá chi Hương cũ để ưu phiền?

Thu 1987

VỊNH TỨ THÚ

1. Ngư
Thế thời những muốn thử đi câu.
Để gác ngoài tai cái chữ sầu.
Dòng Vị Thủy bạc đầu họ Lã.
Nước sông Hàn buốt giá Hoài Hầu.
Cần tre thoáng động vài con cá.
Nhấc bổng trên tay rượu một bầu.
Biển cả sống dài mặc sức với.
Lòng đời ai biết được nông sâu.

2. Tiều
Nông sâu chẳng quản bước chân tiều
Thăm thẳm rừng sâu mỗi buổi chiều.
Nhát búa Khánh Dư vang cõi tục,
Lò than họ Mãi sáng bao triều?
Chòi cao ngon giấc bên bờ vắng,
Cốc rượu bên hồ khó tịch liêu.
Góp gió trên vai ta một gánh.
Đường quê thanh thản những khi chiều.

3. Canh
Chiều về nghỉ cuốc đứng trông mưa,
Lặng gió chẳng mưa khéo mất mùa?
Hạt lúa gieo rồi chờ tháng gặt,
Ơn trời ơn đất chẳng ơn vua.
Thôi Nam Dương khách Thục tìm đến,
Bỏ Nội Sằn xe Vũ đón đưa.
Cày cuốc giao cho bầy trẻ nhỏ,
Ruộng vườn ao cá chẳng hơn thua?

4. Mục
Hơn thua ai biết được cơ trời,
Nên khó chẳng qua lúc gặp thời.
Thích gõ sừng trâu thử bụng chúa,
Da dê Bá Lý trả ơn đời.
Vườn quế ngao ngán ông Sào Phủ,
Lầu ngọc không màng lão Hứa ôi!
Canh mục tiều ngư tứ thú ấy,
Nghìn sau ai giữ để răn đời!

Tháng 08/1979

VỊNH BỐN MÙA

Hoa Vàng héo hắt mùa Xuân đi,
Hè đến đổi đời khóc biệt ly.
Mặt đất buồn chân em chợt vắng,
Lá thay mùa gió thổi thu đi.
Đông về thềm lạnh vì hoa máu,
Phố cũ tang thương chẳng Quốc kỳ.
Nước ngã giữa đường ôi phận bạc,
Sao đành để thẹn chí nam nhi?

Đầu năm 1980

CẢNH ĐỢI CHỜ

Ngồi mãi đau lưng tớ lại nằm.
Hết ngày sang tháng vội qua năm.
Nằm co trong chiếu không thành mộng,
Đứng tựa bên hè thấy lạnh căm.
Tiếc cảnh trời chiều không viễn khách,
Mơ màng cuối chợ chẳng người thăm.
Đường xưa tre rũ bến bờ vắng.
Lối mới nay người cũng biệt tăm!

Cuối đông 1979

THANG MÂY

1.
Các bác nhanh chân phóng xuống tàu,
Thang mây cất bước bỏ tình sâu.
Sáng ra chỗm chọe no bơ sữa,
Tối đến rung đùi hũ rượu dâu.
Mở gánh ù ơ lừng bốn bể,
Dựng tuồng lơ láo hố năm châu.
Bác may áo mới về quê chửa,
Mũ mão phen này quên nỗi đau?

2.
Mũ áo phen này quên nỗi đau,
Phận người chậm bước mộng chìm sâu.
Sáng ra xót dạ nhìn non nước,
Tối đến ngậm hờn cuộc bể dâu.
Giận cảnh trớ trêu liềm búa đỏ,
Thương người khốn khổ kiếp bò trâu,
Đường khuya trăn trở muôn ngàn nỗi,
Bến vắng tiêu điều một nỗi đau!

20/07/1987

NHỚ ĐỜI

1.
Giã rượu qua cơn tỉnh nhất thời,
Ma men đã nhập há rằng chơi.
Lưng bầu dốc cạn thương màu áo,
Nửa chén men say nhớ cảnh đời.
Tiếc kẻ ra đi không trọn chí,
Thương người ở lại gánh đơn côi.
Nâng ly mời bạn cùng ta nhé,
Rượu dẫn quen hơi khỏi nhớ đời!

2.
Chẳng tỉnh mà thời cũng chẳng say,
Giận đời ta uống để đưa cay.
Mươi năm chinh chiến đôi mắt đỏ,
Một phút chiếng tàn sạch trắng tay.
Gặp cảnh bão cuồng, anh lặng tiếng,
Sau cơn nguy khó, chị khoa tay.
Thói đời đen bạc theo ngày tháng,
Mở mắt trông người, tỉnh bảo say.

Hè 1981

TIẾNG TRỐNG

Làng cũ còn đấy tiếng trống gào,
Anh hùng hào kiệt ở nơi nao?
Dăm ba thân trúc bên bờ vắng,
Đôi chiếc bè non giữa sóng trào.
Gọi nước da trâu mặc sức đánh,
Rượu vào thầy tớ mải chiêm bao.
Trong làng tiếng trống cầm hơi thở,
Ngoài nước khua chiêng đánh kiểu nào?

Thu 1983

THÂN CÁI TRỐNG

Thầy, tớ, thay phiên đánh thiết trào,
Làm thân cái trống thật lao đao.
Nhô ra phía trước tay người gõ,
Thụt lại sau lưng dùi ấn vào.
Hai mặt da nhăn già chẳng chịu,
Bốn bề nhẫn nhụi trẻ nhao nhao.
Một hơi ráng sức đôi tay mỏi,
Kẻ ráng khiêng ra người rước vào.

Tháng 04/1984

GỞI NGƯỜI LỮ KHÁCH

Họa theo vận bài "Gởi người Hà Thượng" của Tạ Ký.

Than trách làm chi người viễn khách,
Mười năm qúa đủ thấm lòng nhau.
Trần gian nếu biết chỉ toàn mộng,
Thì tiếc thương chi cỏ úa nhàu?

Có phải niềm tin đời đã mất,
Nên người ai oán với đêm sâu?
Hoặc là chí cả khôn mài kiếm,
Giữa chốn hoang sơ lỡ nhịp cầu?

Lữ khách đêm nay lòng tuyết lạnh,
Hỏi người tri kỷ biết tìm đâu,
Dăm bầu tế tửu say vì nước,
Ném túi thi ca vỡ địa cầu!

Bảo Giang

Nhớ tích Trần, Lê ⁽*⁾ chiều tháng bốn,
Đời thương Nguyễn, Phạm ⁽*⁾ nửa hồn đau.
Giang sơn một sớm đầy vơi ấy,
Rượu đã sẵn mời kiếm khách đâu?

Trấn Quốc đền xưa chiều ngả bóng,
Hồ Gươm khói lạnh đón trăng sầu.
Đâu người lữ khách đưa vòng kiếm,
Giờ túi càn khôn dốc lại bầu.

Mở ngõ Việt Linh soi thế sự,
Thì dâu bể này có bao lâu?
Phế hưng mấy lớp mặc con tạo,
Sóng vỗ Đằng Giang chẳng đổi màu.

Mà khách mười năm rèn chí cả,
Nền ngàn trang sử để về sau.
Anh linh sông núi chưa ngày tận,
Chẳng lẽ cơ đồ đổ nát mau?

Giờ lữ khách sầu trên đất khách,
Tìm đâu cho thấy chiến công đầu?
Mơ màng nửa giấc sầu không tỉnh,
Khắp nước dân đành kiếp ngựa trâu.

⁽*⁾   Quý danh Tướng Việt Nam đã tuẫn quốc vào 30/04/1975.

Nhớ nước... thôi thì đau với nước,
Thương nhà... mỏi gối mộng còn đâu.
Dăm ba tiếng nhạc xa xa ngõ,
Nửa chốn biển thủy hẹn lại sau.

Lần lữa ngày tàn trên đất khách,
Còn đâu vó ngựa chốn giang đầu?
Tháng năm nào hẹn người ôm bóng,
Khúc hát lỡ rồi mấy kẻ đau?

Ấy hận nghìn năm, hận nghiệp nát,
Nào người khắc cốt dạ ghi sâu.
Công lao tổ nghiệp dựng non nước,
Sao để khắp thành đổ lệ châu?

Đứng dậy mà đi, người lịch sử,
Đời vì non nước cớ chi rầu.
Sử còn đấy, Việt linh còn đó.
Lấp biển vá trời có khó đâu!

Năm tháng vờn qua là giấc mộng,
Đời người thấm thoát trống canh châu.
Khi mơ những muốn cầu danh lợi,
Lúc tỉnh lại say mộng bá hầu.

Chẳng biết hổ ngươi vì nghiệp nước,
Mong gì tìm được nghĩa ẩn sâu.
Đời mà như thế, sống chi nhỉ,
Chắc hẳn nghìn thu mớ cỏ khâu!

Nào lữ khách mơ say nghiệp nước,
Vang vang khúc hát vang vang lâu.
Xóa tan bóng tối đêm mờ ảo,
Mở lại cơ đồ chắc chẳng lâu?

Chuyện cũ mười năm là giấc ngủ,
Ngày mai tiếng hát thế kinh cầu.
Vườn hồng oanh yến đua nhau hội,
Tiếng nhạc vang trời đáy nguyệt thâu.

Nhấp chén tương giao cười ngất ngưởng,
Mười năm qúa đủ hiểu lòng nhau.
Tri âm tri kỷ hỡi tri bỉ.
Lữ khách người ơi chớ vội sầu.

Đông 1987

TÓC HUYỀN

Mái tóc em dài phủ xuống vai,
Buông lơi mấy nhánh lược không cài.
Sợi bay theo gió lay lay gọi,
Nhánh thả đu đưa vẫy vẫy mời.
Tấm ảnh uốn hình như thoát tục,
Thân người tha thướt cảnh thiên thai.
Ai đem màu áo làm nhung nhớ,
Để thấm hồn thơ giấc mộng dài.

Tháng 06/1997

RA TÙ

Cửa sắt mở ra để tớ đi,
Hành trang lếch thếch lại mang đi.
Tình nhà một gói sao nghe nặng,
Nợ nước hai vai vẫn phải đi.
Đường cũ quen chân lần cất bước,
Tìm ra lối thoát để dần đi.
Độc lập Tự Do thề tranh đấu,
Đập nát cộng quyền ấy hướng đi.

Tháng 01/1981

HẬN SÔNG GIANH

Sông Gianh thiên tạo đã bao đời,
Tháng bảy năm nào chúng cắt đôi.
Ngó bắc đau lòng tan đất cũ,
Nhìn nam ngấn lệ cảnh dân trôi.
Nơi đây lưu dấu nghìn năm nhỉ?
Chứng tích một thời của nước nôi.
Con cháu ngày nay sao qúa bạc,
Lững lờ dòng nước vẫn êm trôi.

Tháng 07/1979

TỰ TRÀO

Xá Thị, Thái Bình đẻ một ông,
Văn chương thơ phú rặt hơi đồng.
Thiếu thời rắn mắt nghề không thạo,
Lỡ vận bạc đầu toàn nói ngông.
Tốt mã nhờ trời, công bố mẹ,
Đa tài lắm chước, chước như công.
Việc nhà biếng nhác, mặc bu nó,
Chuyện nước mua vào, cái ngữ ông!

Tháng 01/1980

LỠ BƯỚC

1.
Vì lỡ cho nên đến chốn này,
Một mình một bóng hỏi ai đây.
Ngửa lên chỉ thấy trời xanh ngắt,
Cúi xuống ta nghe giọt lệ đầy.
Những tủi tấm thân bờ đất khách,
Thêm sâu thương cảm buổi chia tay.
Trời cao có thấu lòng chăng tá,
Buốt giá tim non với những ngày.

2.
Buốt giá tim non với những ngày,
Tìm đâu cho thấy một bàn tay?
Ai về cho nhắn đôi câu nhé,
Gởi khối tình ta với mộng đầy.
Gởi cả linh hồn ta đấy nhá,
Dẫu rằng thân xác ở nơi đây.
Xa quê mới biết đêm dài vắn,
Tri kỷ ai ơi một phút này!

Thu 1987

HOÀ BÌNH ƠI, HÒA BÌNH!

Kính dâng những anh hồn đã ra đi vì nghiệp nước.

Tiếng hát hôm nao bỗng nghẹn lời,
Hoà bình ơi, hỡi hòa bình ơi!
Người đi hương cũng không về nữa,
Kẻ đến tanh hôi đủ một đời...

*
* *

Tôi nhớ mãi chuyện thời chinh chiến,
Sau mỗi lần tiếng súng tạm ngưng,
Dòng nước mắt rưng rưng tràn xuống,
Nhìn chiến trường với đống xương tan.
Cùng máu đỏ, da vàng nước Việt,
Phản quốc cộng để triệt hạ nhau.
Đường phương bắc Hồ Mao khoe búa,
Cảnh miền nam trọc múa bình ca,
Cho nước Việt đi vào tăm tối.
Bắc với Nam kề gối, hận thù.

*
* *

Hòa bình ơi, hỡi hòa bình ơi!
Tôi nhớ mãi ngày anh vào lính,
Súng trên vai, bước nhịp quân hành.
Mẹ thẫn thờ từng đêm thức giấc,
Nguyện đất trời cho hết chiến tranh.
Nam với Bắc cùng nhau chung sức,
Cho tiếng cười nở giữa đau thương.
Cho niềm vui thay dòng nước mắt,
Cho áo màu thế mảnh khăn tang!
Còn chị tôi, chia tay vội quá.
Mới hôm nào tiếng pháo vu quy,
Tay đan tay đi về chung lối.
Ước nguyện rằng sớm tối bên nhau.
Cho cuộc trần thêm màu tươi mới,
Ươm tình nồng hướng tới tương lai.
Có đâu ngờ sớm mai kèn thúc,
Anh lên đường đi giữ non sông.
Người ở lại, trống lòng nguyện ước,
Cho người đi vững bước thang mây.

Để mẹ già cùng bầy em nhỏ,
Trọn niềm vui khi đón anh về.
Đó là ngày, bình yên hoa nở,
Ánh mai Vàng rạng rỡ non sông.
Ta bên nhau mừng trong ngấn lệ,
Tay nắm tay vui kể tình nhà.
Để từ đây đường làng rộng mở,
Cho đàn trẻ đi tới tương lai,
Cùng muôn người chen vai hẹn ước,
Ta hân hoan nhịp bước ca vang.
Mừng đoàn thuyền vượt qua sóng nước,
Người đón người kết ước thương yêu.

*
* *

Hòa bình ơi, hỡi hòa bình ơi!
Sáng hôm nay chiến cuộc đã tàn?
Bản tin đi với ngàn nước mắt,
Anh ở đâu, lòng thắt cơn đau?

Anh sẽ về với màu tang chế,
Hay anh về bằng tiếng oan ca?
Ở đó là bài ca vì nước,
Cho người vào cuộc chiến hôm nao.
Hay sẽ là gió mưa gào thét!
Gởi chiến bào đẫm máu giao tranh!
Đôi giày số có là dĩ vãng,
Ta đem về buộc với tương lai.
Rồi xóa đi muôn ngàn cay đắng,
Bởi ta còn mưa nắng trên cao.
Ta vẫn còn mai đào không đổi,
Dẫu gặp thời nước nổi mây trôi.
Hoà bình ơi, hỡi hòa bình ơi,
Hoà bình rồi anh có về không?

Bảo Giang
Tháng 06/2002

TÔI ĐÃ THẤY

Tôi đã thấy, một người lính,
Đứng bên cầu, đôi mắt sâu,
Giữ dòng nước, chảy trong xanh.

Tôi đã thấy, một người mẹ,
Đôi mắt sáng, bước trên cầu,
Nhìn người lính, mẹ hân hoan,
Nở nụ cười, con vì nước.

Tôi cũng thấy, một người cha,
Tay gậy trúc, bên người lính,
Chỉ dòng sông, ông gởi lại,
Một cây cầu, của nước non.

Tôi trông thấy, những người chị,
Đôi chân bon, theo gót son,
Bước qua cầu, đôi mắt còn,
Gởi cho anh, một người lính.

Tôi đã thấy, nhiều em bé,
Tuổi thơ ngây, sách trong tay,
Đi như chạy, nhảy trên cầu,
Nhìn non xanh, niềm vui dậy.

Tôi lại thấy, gã cán bộ,
Chân dép râu, đứng trên cầu,
Người già sợ, em bé run.
Cầu không bóng, ai qua lại.
Dòng nước xanh, bỗng hóa đỏ.

Rồi tôi thấy, rặt những người.
Nhiều năm trước, chém giết nhau,
Bằng lựu đạn, bằng A.K.
Bằng dao găm, bằng mã tấu,
Bằng phi cơ, bằng sơn pháo,
Đứng dưới chân cờ. Ăn năn.

Và hôm nay, tôi nhìn thấy,
Rất nhiều người, tuổi đôi mươi,
Đôi mắt sáng, niềm vui dậy,
Đi dưới ngọn cờ dân tộc,
Tự tin.

Đầu năm 1998

KHAI BÚT

Đầu năm khai bút viết thơ xuân,
Ngó bắc nhìn nam chẳng thấy xuân.
Giọt nắng hanh vàng trên mái lá.
Long lanh ngấn lệ dưới trời xuân.
Thương ai cất bước ngoài mưa gió,
Xót kẻ quê nhà ngóng đợi xuân!
Ngọn gió heo may chăn gối lạnh,
Nửa đêm xót dạ khóc đếm xuân.

Tháng 01/1980

TÀN MỘNG

1.
Cuộc đời thấm thoát giấc mơ hoa,
Tích tắc trăm năm mộng chóng già.
Cánh huệ đổi giờ khoe sắc thắm,
Bông hồng bốn khắc thoảng hương xa.
Sắc khoe nắng mới vui trong gió,
Hương giã đường chiều dập cánh hoa.
Vạn vật có chi là vĩnh viễn.
Tình đời nào lẽ chẳng phôi pha?

2.
Buồn nào bằng lúc giấc mơ qua,
Hoa lá không lời càng xót xa.
Cửa đã khép rồi mặc sức gõ,
Đường vào chưa mở lạy không ra.
Kéo lê kiếp sống đường muôn dặm,
Vất vưởng bao đêm đuổi bóng tà.
Những muốn quên đi hình bóng cũ,
Mà sao người vẫn ở trong ta.

Hè 1984

CÕI KHÔNG

Cõi trần hư ảo có như không,
Non nước mất rồi ai nhớ không?
Bút mực còn đây tình rất nặng,
Lòng người mới đó hóa ra không.
Người đi đất khách tay nâng chén,
Kẻ đợi quê nhà dạ trống không.
Thổn thức ngày xuân cơn lá rụng,
Bóng chiều đổ xuống nước non không.

Chiều cuối đông 1992

CẢM THẾ CUỘC

Họa theo vận bài "Sáu Mươi" của Đông Anh.

1.
Cuộc thế hôm nay chán lắm rồi,
Công danh bổng lộc giấc mơ trôi.
Người chờ mỏi mắt xuân không lại,
Kẻ đợi đau lưng khó gặp thời.
Những mộng dời non lấp bể lớn,
Trói gà sức thiếu bọt xa khơi.
Trăm năm công khó lau chùi mãi,
Một mảng lợi danh hậu thế cười.

2.
Thế cười ngất ngưởng hóa ra cay,
Bởi tớ chưa quên cái chuyện này:
Hai tuổi không quên rời đất Bắc,
Ba mươi áo rách tếch sang Tây.
Vui đường múa hát làm con rối,
Mặc nước tang thương kiếp đọa đầy.
Tọa hưởng cơm ngon canh rượu ấm,
Xênh xang áo mũ giọng ta đây.

3.
Ta đây những ví kẻ non Lam.
Gọi gió làm mưa cộng phỉ tan.
Sáng sớm phát loa nghiêng lệch đất,
Xế chiều bứt tóc nước sao tàn?
Hỏi ra chiêng trống người làng mõ,
Cắc cắc, beng beng, gõ oán hờn.
Chỉ tội cánh già thêm lóng ngóng,
Đau phường hậu tử khóc nhà Nam.

4.
Nhà Nam sử chép được dăm chương,
Mắt thấy tang thương chảy dọc đường.
Bể Bắc nước tràn theo máu đỏ,
Sơn Nam lệ chảy trải rừng xương.
Gớm thay những cảnh người hô hoán,
Muối mặt thoi nhau kiểu đấu trường.
Một giải non sông tan xác pháo.
Hai miền vỡ nát hỏi còn thương?

5.
Còn thương nên tớ bước vô tù,
Ngồi hưởng cơm bưng khoảng mấy thu.
Trước cửa đứng hầu song sắt rỉ,
Cuối giường đưa đón một cùm trơ.
Đôi chân co duỗi vì non nước,
Một vách lao tù tiếng chẳng nhơ.
Tội kẻ u mê khoe giáo mác,
Thương người lỡ bước quãng sương mù.

6.
Sương mù như muối đổ bên đường,
Bởi nỗi nhà nam rặt hý trường.
Đói suốt một làng: công bác đảng.
Rách nguyên cả nước: nghiệp ma vương!
Quan Nam bán tước vui như tết,
Cán Bắc quy về một nhiễu nhương.
Thấy cảnh tang thương, em khóc mướn,
Xa đường lạc chợ tớ ly hương.

7.
Ly hương xót phận những bèo trôi,
Kẻ đấy người đây hẳn nhớ đời.
Lối bắc rêu phong ngỡ quỷ đỏ,
Đường nam hoang phế ngỡ ma trơi.
Công anh vẽ bánh to là thế,
Bổng lộc hết thời chị lẻ loi.
Ai khóc một mình thần quãng vắng,
Thương thay dân Việt thế dân Hời.

8.
Dân Hời đau xót cảnh lao lung,
Chẳng biết gọi ai lúc khốn cùng.
Quan chức mơ màng ly rượu nóng,
Trẻ thơ nuốt hận chén non sông.
Ngàn năm văn hiến say không tỉnh.
Để khắp thành xưa ngọn cỏ hồng.
Chiêng trống cân đai thầy tớ phất,
Tùng tùng, cắc cắc, có vui không?

9.
Cắc cắc, tùng tùng, váy vén cao,
Phường tuồng mũ áo tựa anh hào.
Phất cờ ra ngựa anh dùng sức,
Đánh trống lui xe chị té nhào.
Cái thế điều quân này mới lạ,
Được thua một lúc nước non trào.
Công đâu lo tính đo dài vắn,
Nếu đã vàng ròng há ngại thau.

10.
Nếu đã vàng ròng há ngại đen,
Cớ chi các bác mãi ưu phiền?
Bạc đầu thao thức làm chi thế,
Trắng mắt ra nhìn chúng nó chen.
Nón cối đi quyền dăm cán ngố,
Giầy tây theo đóm mấy thằng điên.
Nước non vẫn thắm lòng ai đó,
Lỡ nghiệp không tròn hãy hỏi tiền.

11.
Hỏi tiền mua lấy mảng non bồng,
Mặc sức mây mưa Hạc với Hồng!
Ba vạn ngày riêng con mắt đỏ.
Trăm năm công luận hẳn là trong?
Rừng xương khói tuyết đau như tạc,
Một cảnh bồng lai có sướng không?
Đã bước đôi chân vào cõi thế,
Làm người mấy kẻ được thong dong.

12.
Thong dong đợi báo một tin vui.
Lũ trẻ đường xa rộn tiếng cười.
Chặt trúc Nam Sơn ghi sử mới.
Tạc lòng bia đá búa liềm rơi.
Bắc nam một gánh lưng không mỏi.
Tám hướng chen vai sức chẳng hoài.
Ngất ngưởng rượu thơ câu xướng họa,
Thỏa lòng nhân thế chẳng trừ ai.

Chiều thu 1998

CHỜ

Ta gặp nhau trong một ngày nắng hạ,
Gió đổi mùa làm rát cả đôi tim.
Em cúi xuống, chiếc áo dài lạc lõng,
Anh nhìn trời, lặng lẽ bỏ trường xưa.

Ta xa nhau sau ngày thành phố đỏ,
Đỏ trời, đỏ đất, đỏ cả tương lai!
Ta nhìn ta lệ tràn ra khoé mắt,
Ta rời nhau bằng tiếng nấc nghẹn lòng.

Tôi còn nhớ giữa đường chiều vội vã.
Người đi tù, kẻ bỏ nước ra đi.
Trên phố cũ vẫn mình tôi lặng lẽ,
Đếm tên ngày tháng, đếm kẻ chia ly.

Rồi tôi nhớ một ngày về quê ấy,
Dưới nắng lam chiều người đã bảo tôi.
Đi thôi, đi cho ngày mai mộng ước,
Đi thôi, đi cho đổi mới cuộc đời...

Rồi Ta đi,

Tôi mất người từ chiều xuân tám mốt.
Nước mắt nào trả nợ cuộc tình côi.
Tôi còn đây dấu lệ trên gò má,
Tôi còn đây những dấu ấn trên thân.

Người đi, tôi đã mất hơi thở ấm,
Kẻ đến, thêm lạnh lùng nghĩa yêu đương!
Hẹn nhau chi cho cây khô lá rụng.
Hẹn nhau chi cho ánh nắng tàn phai.

Tôi vẫn đếm từng xuân qua trước ngõ,
Nhặt cánh đào nhung nhớ tuổi đôi mươi.
Lũ bạn xưa giờ thêm đàn con, cháu,
Mình tôi ra vào với nắng tàn xuân.
Để chẳng biết mây trời như tóc trắng,
Để không hay đời người đã sắp qua.
Tuổi bốn mươi đã xa ngoài đầu ngõ,
Mà tôi vẫn chờ, tôi vẫn chờ ai?

Tháng 05/1998

YÊU

Rồi một sớm em về trong tiếng hát.
Ta bên nhau, anh tấu nhạc vào thơ,
Tròn đôi mắt em mơ trời đất mới.
Rộng vòng tay ôm lấy cả hình hài.

Ta tập yêu theo dấu ngàn năm cũ,
Cơn sóng dài theo nhịp gõ vọng ngân.
Vừa mới đó nàng xuân đã rộn rã,
Mở cổng trời cho hoa nở hóa thân.

Người náo nức bên thiên thần rạng rỡ,
Biển tình đâu mà sóng vỗ ngập lòng.
Gió mây say, đất trời đang trở giấc,
Gọi ta về trong nhịp sống trào dâng?

Rồi tay ai, đan lùa trên mái tóc,
Ánh mắt nào, khi ta chạm làn môi.
Anh, một hơi thở chìm trong hơi thở,
Em, đôi tay run trong cõi hồn mơ.

Ta yêu nhau cho trời tan đất lở,
Ta trong nhau cho hơi thở ngập tràn.
A, tình yêu mới lạ làm sao chứ!
Ghé môi vào, đổi mới cả đôi ta.

Trời đổi mới, thân xác ta đổi mới,
Người đổi mới, hoa lá cũng chen vai.
Phấn hương hẹn ước lên đôi dấu ái.
Cạn chén tình, rũ bỏ gánh phong sương.

Chờ tiếng gọi cho ngày mai lớn dậy,
Trẻ reo vui như tiếng quốc gọi đàn.
Cám ơn em con thuyền tình bé nhỏ,
Đã cho ta hơi thở giữa ngàn xuân!

Tháng 01/1992

NHỚ

Tôi đi,

Tôi đi trong buổi hoàng hôn trốn nắng,
Mặt trời còn mà hơi ấm đã tan.
Tôi đi chạm vào không gian lạnh lẽo,
Trời xa người và người cũng xa tôi.
Tôi đi trong buổi hoàng hôn trống vắng,
Ước hẹn nào cho hơi ấm trên môi.
Mây ơi, gởi ta về cho nhung nhớ,
Gió ơi! thả ta về bến yêu xưa...

Tôi nhớ,

Tôi vẫn nhớ ngày dài trên bãi vắng,
Ta bên nhau nghe tiếng nước gọi mời.
Anh lặng lẽ nhìn tôi như khẽ bảo,
Em, ta cùng nhau vượt sóng ra khơi.

Tôi e ấp trong vòng tay dấu ái,
Thế đấy, ta đã đổi mới đời ta.
Ta yêu nhau cho hoàng hôn trốn nắng,
Ta yêu nhau cho sao lặn, trăng tàn.
Ta bên nhau cho ngày mai nắng dậy,
Ta gọi nhau trong tiếng gọi tình ơi!

Rồi ta đi,

Ta đi giữa ngày biển Đông lộng gió.
Ngửa nhìn trời, ta hỏi có bình yên?
Chân lạnh, môi run, sợ vương lên mắt,
Đan tay, hơi thở, sóng vỗ khôn cùng.
Ta hối hả đi cho thuyền rời bến,
Khấn lạy trời cho sóng nước bình an.
Thuyền chưa cặp bến, đạn vang súng nổ,
Tiếng thét hãi hùng xé nát sương đêm.
Bến vỡ, thuyền tan, đêm tàn, nắng dậy.
Ta lạc nhau giữa một phút không ngờ.

Tình Nước!
Hồn Non!
Ôi tình trong biển lộng!
Ta còn đây dấu chân trên cát lở,
Tôi còn đây những hơi thở trên thân.

Nhưng ta mất nhau giữa cơn biển động,
Ta mất nhau trong lúc vượt đêm đen.
Người đi không bến, kẻ về không bờ,
Biển lặng lâu rồi, tin mãi biệt tăm!
Tôi quay về với những ngày tháng chết.
Lặng lẽ bên đời, một tiếng chống tôi!

Rồi tôi khóc,

Tôi đã khóc trong hoàng hôn trốn nắng.
Khóc người đi mà dấu ấn còn đây.

Hỏi rằng,
Thuyền tình người đón ra khơi,
Bao giờ thuyền mới về vui với tình?

Chiều thu 1992

TIẾNG GỌI NON SÔNG

Dậy đi anh, sao còn ngủ mãi,
Tiếng trống sang canh đã điểm rồi.
Đầu làng cuối xóm người thao thức,
Lẽ nào yên giấc một mình anh?
Dậy đi anh, chàng trai nước Việt,
Nơi biên cương trống giục kèn vang.
Người đi đã quyết vì non nước,
Có đâu chồng tôi ước sống hèn?

*
* *

Dậy đi anh, hỡi người vì nước,
Ta lên đường theo tiếng non sông.
Ngoài kia dẫu là giông bão lớn,
Ta đứng hiên ngang giữ mệnh trời.
Dậy đi anh, chàng trai nước Việt,
Ta lên đường, đi viết sử xanh.
Mở tương lai, bình nam dẹp bắc,
Triệt rợ hồ, sâu bọ hại dân.

Dậy đi anh, hỡi người còn sống,
Đừng khoa trương áo mão, cân đai.
Hãy một lần chen vai sánh bước,
Dẹp bạo tàn cứu nạn muôn dân.
Dậy đi anh, kèn vang tiếng gọi,
Bao lớp trai đã sớm lên đường,
Người đi chép lại giòng kinh sử.
Kẻ về giữ lấy hồn núi sông.

Dậy đi anh, hành trang đã sẵn,
Em gói lại chung bước bên anh.
Này đây tình nhà, lòng con trẻ,
Ta kết vào hai chữ ngày mai.
Em reo vui khi trời vừa sáng,
Dẫn con ra đến tận đầu làng.
Cùng người người chung tay ca hát.
Mặc cho anh tấm áo chiến bào.
Người chinh nhân, anh hào vì nước.
Tung vó ngựa cất bước thang mây.
Chàng hãy nhớ, đừng sầu ngấn lệ,
Hòa tan theo tiếng trẻ ngây thơ.
Nhưng ghi lấy tình nhà nợ nước.
Đặt trên vai theo bước quân hành.

Đi đi anh, chàng trai nước Việt,
Dấu lệ này ghi phút chia ly.
Đó chính là tình yêu, nghiệp nước,

Em reo vui chờ bước anh về.
Dân mừng rỡ ghi để trang sử,
Đường Cộng Hòa ta cứ thênh thang.
Đạp dưới chân khỉ rừng man rợ,
Để cho đời tươi nở muôn hoa.
Người và người bên nhau ca hát,
Đón anh về trong nắng hoan ca.
Đường Tự Do dẫn hòa khúc hát,
Đuốc Độc Lập soi sáng tương lai.
Việt Nam ơi, quê hương bừng sáng,
Trẻ hân hoan chân bước đến trường.
Từ ấy nhà nhà vui mở hội,
Tay đan tay theo dấu chiến bào.
Tạ ơn người vì dân vì nước.
Em an lòng, nhịp bước bên anh,
Cùng toàn dân, hòa vang câu hát,
Gởi cho đời muôn vạn tiếng ca.

Để mai sau truyền cho con cháu,
Giải gấm Vàng gói trọn tình quê.

*

* *

Anh hỡi anh, người trai nước Việt
Hãy hiên ngang, đứng dậy mà đi.
Này cung kiếm, ngàn xưa để lại,
Đây chiến bào, cơ nghiệp ông cha.
Anh nhận lấy, hai vai gánh vác,
Cho vạn đời, tiếng hát reo vang.
Cho sử sách thêm ngàn trang mới,
Ở đó là Độc Lập, Tự Do,
Ở đó là ấm no hạnh phúc.
Dậy đi anh, đứng dậy đi anh.
Đường lịch sử nghìn năm còn đó,
Chương mở đầu ghi dấu Ngô Vương.
Vót thêm cọc nhọn nuôi chí lớn.
Triệt quân thù báo đáp giang sơn.

Kìa Bạch Đằng sáng ngời trang sử,
Mở tương lai với ánh cờ Vàng.
Rồi Nhị Trưng ghi trang chiến tích.
Vạn đời sau còn khắc tấm gương.
Nay anh là chàng trai nước Việt,
Có lẽ nào vui chén thâu đêm?

Anh hỡi anh, chàng trai nước Việt
Hãy đứng dậy, đứng dậy mà đi.
Kìa Hưng Đạo đã ra biển ải,
Trần Bình Trọng ánh thép uy linh.
Trọn một đời hy sinh vì nước,
Sống hiên ngang dưới ánh mặt trời,
Không ươn hèn làm vương đất Bắc.
Chí vạn đời sống thác với dân.
Ngày Lê Lợi trên lưng chiến mã,
Có giặc nào không nát, không tan,

Kìa Thoát Hoan ngậm hờn ống cống,
Vào Ngọc Hồi, Nghi Đống tan thây.
Nhịp vó ngựa Quang Trung lướt gió,
Tiếng pháo tràn vang dội Đống Đa.
Đường Thăng Long quê ta rộng mở,
Chiêng trống mừng reo mãi thiên thu.

*
* *

Anh hỡi, dân sinh là sức sống,
Bước chân này buộc với tương lai.
Đường lịch sử đi cùng sông núi,
Giống Lạc Hồng sống thác hiên ngang.
Nghìn đời qua đuốc thần vẫn sáng,
Vạn thế sau còn dấu vinh quang.
Dậy đi anh, trai hùng nước Việt,
Đi lên đi, ánh đuốc nhà Nam.

Đầu năm 2000

MÙA XUÂN DÂN TỘC 1

Rồi một sớm Xuân về trên đất nước,
Giữa tiếng reo như chim quốc gọi đàn,
Đường Tổ Quốc bao thênh thang rộng mở,
Đón người về trong tiếng gọi hoan ca.

Hoà với nhạc, quê hương là hơi thở,
Gọi ta về với nguồn cội yêu thương.
Vui với người, gió mây là sức sống,
Quyện vào nhau như tiếng nói không rời.

A! Xuân mừng em bập bẹ tập nói,
Tiếng nói đầu đời em gọi Việt Nam.
Trong reo vui em gọi cha gọi mẹ,
Gọi quê hương như hoa nở trên môi.

Chờ ngày tới, em reo mời nắng mới,
Tay trong tay cặp sách bước đến trường.
Này bài học vỡ lòng về lịch sử.
Bắc dẹp cường bạo, Nam đã bình Chiêm.

Em reo vui ngày Bình Ngô đại cáo,
Đưa nhau về theo tiếng pháo Thăng Long.
Gọi cỏ cây cùng vươn mình lớn dậy,
Dựng viên đá làm thành lũy Việt Nam.

Vung lưỡi giáo cho Hồng Hà thêm đỏ,
Vót cọc nhọn cho sóng lở Trường Giang.
Ta mừng Xuân trên Chi Lăng chiến địa,
Thét tiếng loa cho Hàm Tử rền vang.

Để ngàn sau cháu con cùng bước tới,
Viết thêm trang trong bia đá Ngọc Hồi.
Cho cả nước chen vai trong ngày hội,
Đưa em vào sức sống của Tiên Nhân.
Mừng Tổ Quốc ta đời đời bừng sáng.

Xuân 2000

THƯƠNG TIẾC

Tượng đá Tiếc Thương đổ xuống rồi,
Muôn người nước Việt khóc tình côi.
Quê xưa chiêng gõ hồn ai oán,
Đất mới trống chầu xác tả tơi.
Cỏ dại mọc lên hương lửa tắt,
Hoa vàng héo hắt, nước non trôi,
Còn đâu linh sử soi hồn nước,
Chỉ thấy làng xưa những ngậm ngùi.

Tháng 08/1978

GỞI TUỔI TRẺ VIỆT NAM

Dậy đi anh, đứng dậy đi em,
Nắng vươn lên ngàn hoa đã nở,
Đón xuân về nàng én đưa tin.
Vạn vật, đất trời đều thay đổi,
Có lẽ nào ta mãi ngủ yên?
Kìa Việt Nam chìm trong tăm tối,
Nước đã mất nhà phố đã tan!
Người dân Nam, chim đàn tan tác,
Ta lẽ nào ngoảnh mặt quay lưng?
Bỏ giống nòi, bỏ dòng lịch sử,
Bỏ cơ nghiệp, bỏ cả cha ông!
Để vui theo đóm hồng phản quốc?

*
* *

Dậy đi anh, đứng dậy đi em
Này lịch sử của dòng dõi Việt.
Bắc phạt cường bạo, nam dẹp Xiêm,
Vang đất trời, bài ca Trưng - Triệu,
Rạng non sông vọng tiếng Ngô Vương.
Nghìn thu sau bắc phương nuốt hận,
Rồi Lê Lợi, Hưng Đạo, Quang Trung.
Với bao người vì dân vì nước,
Đã mở đường chung bước thênh thang.
Cho ngàn sau hiên ngang đi tới.
Tôi với anh kẻ trước người sau.
Cùng sinh ra theo dòng máu Việt,
Đã lớn lên trong nghĩa đồng bào.
Ước được thấy mai Vàng rực rỡ,
Có ai ngờ váy Đỏ vây quanh!

Kể từ đó thôn làng đổ nát (9-1945)
Con cháu Việt khố rách áo ôm.
Ngó lên cao là cờ Phúc kiến,
Phục dưới chân, bác đảng đứng hầu.

Bảo Giang

Người Việt Nam tìm đâu lẽ sống?
Mẹ ước mong một cảnh yên vui,
Phố chợ kia cộng nô gào thét,
Cha cầu được một giấc ngủ ngon,
Giữa đêm khuya Hồ lang tặng búa.
Anh ôm em nước mắt hai hàng
Chị lao ra bàng hoàng, nức nở,
Đau thương này ai giải cho ai,
Người Việt Nam còn gì để sống...

*
* *

Dậy đi anh, đứng dậy đi em,
Ta sinh ra từ dòng dõi Việt,
Anh lớn lên từ những khổ đau.
Tôi chan cơm với ngàn nước mắt,
Ta xa nhau, chia cách đôi đường.
Ta mất nhau vì thằng cộng sản,
Ta chung nhau dòng máu Lạc Hồng.
Hãy đứng lên làm người dân Việt,

Cùng về đây tay nắm lấy tay.
Ta chia nhau từng làn hơi thở,
Ta bên nhau chung mở tương lai.
Cho dân ta có ngày tươi mới,
Cho nước Nam khúc hát ngân vang.
Trọn đường dài từ nam ra bắc,
Người bên người chung bước hoan ca.
Ta giơ cao ngọn cờ Độc Lập,
Ta bên nhau vui nắng Tự Do.
Ta đi lên cho ngày mới đến,
Ta bước tới cho sóng trào dâng.
Ta chung tay trên đồng lúa mới,
Cho nương dâu vui nở hai mùa.
Ta chen vai bên dòng lịch sử,
Ta chung sức kiến tạo ngày mai.
Đem tương lai về cho dân tộc,
Đem no ấm về với muôn nơi.
Hãy đứng lên, hỡi người bạn nhỏ,
Hãy đứng lên xây dựng quê hương.
Đó chính là tình thương của mẹ

Hãy đứng lên bảo vệ non sông
Đem giang sơn quy về một lối,
Đó là ngày báo hiếu công cha.
Hỡi em, người em thơ vì nước
Cùng về đây ta bước bên nhau.

*
* *

Hỡi em, những bước chân Việt Nam.
Ta bên nhau vượt ngàn nguy khó,
Ta đan tay xóa bỏ hận thù.
Cho dân ta có ngày tươi mới,
Đất nước này hướng tới tương lai.
Lấy tình thương xây cầu Bến Hải
Đem nhân nghĩa về với muôn phương.
Đường ta đi trời long đất lở,
Cho nghìn sau ghi nhớ tên em.
Người tuổi trẻ Việt Nam vì nước.
Ta đem thân tận hiến cho đời,
Ngàn sau còn mãi nụ cười vang vang.

Tháng 10/2011

NGÀY TA VỀ

Ngày ta về như bóng mai lớn dậy,
Nắng vươn lên chiếu rạng cả giang sơn.
Rồi mẹ dẫn con đến trường khai bút,
Tổ Quốc dạy con tiếng nói làm người.

Ngày ta về dẫu cảnh đời xương điểm,
Cũng vẫn là một thời tuổi hái mơ.
Ta đi cho đến khắp vùng đất lạ,
Gởi vào lòng đời muôn vạn tiếng thơ.

Ta sẽ gọi nhà nhà cùng mở cửa,
Đón xuân về trong nguồn cội yêu thương.
Rửa cho sạch, gội cho tan thù oán,
Lấy tin yêu, dựng nước Việt thái hòa.

Rồi ta về giữa dòng máu luân chuyển,
Ngập trong tim theo hơi thở muôn lòng.
Xóa cho hết, lau cho khô dấu lệ.
Chữa cho lành, băng cho kín vết thương.

Ta sẽ về giữa ngày hoa đua nở,
Bỏ sau lưng bao dang dở, đợi chờ.
Đạp dưới chân phường lừa dân bán nước.
Quét cho sạch lũ cộng phỉ thờ Tàu.

Rồi ta về như cánh chim buổi sớm,
Đứng trên bờ tổ hót gọi bình minh.
Ai đó còn đứng trông với con nước,
Có biết chăng núi sông đã trở mình.

Bảo Giang

Ta về đây như tiếng lòng mong ước.
Đắp sông lở, dựng lại mái nhà xưa,
Lịch sử ngày mai còn nhiều trang mới,
Vẫn có dấu ta trên những nẻo đường.

Ta về đây dẫu tóc màu xương điểm,
Thời gian là chi cho đất nghẹn ngào.
Trên đường ta đi vẫn ngàn hoa nở,
Và làng thôn xưa rộn rã tiếng chào.

Ta về đây, với cảnh nhà rộng mở,
Đón muôn người như hội nước trên sông.
Nhớ ngày đi, thuyền lặng lờ xa bến,
Hôm nay về cả làng trống ngũ liên.

Ta về như con nước xuôi về cội,
Khơi bếp hồng cho đoàn tụ bên nhau.
Chén rượu nồng ta dâng mời non nước,
Cùng giải oan cho vết hằn bể dâu.

Ta mừng quê ta trong ngày đổi mới,
Nước non ơi, ngàn dặm với mây trôi.
Năm mươi năm biền biệt xa đất cũ,
Hôm nay về cho nước mắt nở hoa.

Ta về cho sương khói mờ trên cỏ,
Góp lại tình thân không một chuyển dời.
Bỗng trên tay một hình hài không đổi,
Khép kín trong tim hơi thở Việt Nam.

Ta sẽ về như tơ trời trong nắng,
Hát cho vang từng khúc nhạc quê hương.
Gọi cho ai đó đi ngoài hoang vắng,
Hãy về đây cho tiếng hát chung đường.

Ta vẫn nhớ thề xưa là rất nặng,
Phải diệt cho hết tội ác sài lang.
Ta cũng biết tình yêu là bất diệt,
Nên gọi nhau về trong nghĩa Việt Nam.

Ôi quê hương, ngày mai là khúc hát,
Tất cả chúng ta là một con đường.
Nhà có giột nhưng ta còn bức vách,
Giậu nghiêng cổng đổ, hơn khác cội nguồn.

Ta về đây xây lại bao nếp cũ,
Sống bên nhau chung cảnh một nhà nam.
Ngoài biển, lưới thép ta ngăn lũ giặc,
Đồng nội, nương sắn, lúa gạo nuôi dân.

Rồi ta về cho non sông lớn dậy,
Gọi muôn núi đồi hãy đứng cho cao.
Chuyện cũ năm mươi năm là giấc ngủ,
Mừng ngày mai nước Việt đón nắng lên.

Ở đó không còn người người thơ thẩn,
Với nét tang thương phủ kín cảnh nhà.
Nơi ta sống là quê cha đất tổ.
Đứng giữa trời mình là người Việt Nam.

20/07/2015

Tình Nước

(Tập 2)

Bảo Giang

Bạn thân mến,

Tập thơ nhỏ bé này hôm nay lại đến với bạn. Trong đó bài Tình Nước nếu nó hoàn chỉnh hơn về cú pháp, gẫy gọn hơn về lời thơ là nhờ có nhà Học giả Nguyễn Bá Triệu, người huyện Vĩnh Bảo, tỉnh Hải Dương, cư ngụ tại Canada sau ngày 30/04/1975 đã chỉ bảo cho. Ông đã chỉ cho tôi như một người thầy cầm cây bút mực đỏ, khoanh tròn nhiều chữ TV (thất vận) trong tuyển tập Tình Nước mà tôi đã gởi đến ông vào năm 2000.

Tôi còn nhớ như in buổi chiều hôm ấy. Đi làm về, nhận được thơ, niềm vui chưa kịp đến thì "hỏa hầu" đã bốc lên. Bởi lẽ, tập thơ hôm nào gởi đi (nay nhận lại), với nhiều đường gạch, nét vẽ! Đến khi nhìn lại lá thơ với nét chữ đẹp, rắn rỏi, nhưng không thiếu phần nghiêm khắc, buộc tôi phải đọc lại:

"Phàm người làm thơ song thất thì phải giữ luật. Trường hợp tác giả muốn phá cách thì tôi không dám có ý kiến!". Đến lúc này tôi mới hiểu được ý nghĩa qua những vòng khuyên tròn trên trang giấy. Tôi bàng hoàng, phải nói gì đây? Niêm luật không biết mà học đòi làm thơ ư?

Nhớ lại, tôi bước vào thơ khi ngồi trong B5, Biên Hoà. Những ngày cùng cực ấy, tôi đã gặp cụ Đinh Quang Lưu, một trong 6 Aspirant đầu tiên của VN trong quân đội Pháp. Không ngờ lúc ấy, lại là người tù chung phòng với tôi. Tuổi về chiều, Cụ là một trong những vị điều hành chương trình Thơ Văn trên đài phát thanh quân đội trước 1975 (cụ bảo thế). Một hôm trong câu chuyện, cụ bảo, viết gì đi. Đừng phí ngày giờ.

Tôi lặng lẽ. Bút giấy đâu mà viết. Tuy nhiên, cụ vẫn nói và chỉ cho tôi về thơ. Không ngờ, những bài thơ, đặc biệt là thơ đường đã đến với tôi từ trại tù này. Nó đến và ở với tôi như những bài học thuộc lòng. Nay lại là một ẩn sư lớn khác. Phải tạ ơn trời, tạ ơn đất đã cho tôi những cái duyên kỳ ngộ này? Hay tạ ơn ông, một người Thày mà tôi chỉ được gặp gỡ trong vài lá thư vắn vỏi?

Đến khi bản thảo đã sẵn sàng cho in lại, tôi chẳng liên lạc được với ông nữa. Càng đợi, tin càng xa! Ông còn hay đã... rời bến? Tôi không nghe biết, chỉ biết chắc rằng, cuốn "Chinh Phụ Ngâm Khúc Tập Chú" do ông biên soạn và gởi cho tôi trong dịp phát hành vẫn còn đây. Hơn thế, nếu không có lá thơ và những khuyên tròn của ông, Tình Nước khó có thể có bộ mặt như hôm nay. Như thế, trong lần tái bản này, tôi xin ghi tạc vào đây lòng tạ ơn Ân Sư không một lần gặp gỡ trong đời.

Trân trọng,
Bảo Giang Bùi Xuân Vũ.

TÌNH NƯỚC

Kính dâng những anh hồn đã ra đi vì nghiệp nước.

1. Ngày nước Việt bừng cơn khói lửa,
Đất phương Nam gặp thuở điêu linh.
Lên rừng tuổi trẻ thành binh,
Bến sông phụ lão lênh đênh vì đời.

Mở chí hùng nghiêng trời lệch đất,
Lấy sức người mà lấp biển sâu.
Ra đi chẳng có phép màu,
Xanh kia vốn đã khởi đầu nắng mưa.

Đuổi giặc ngoại em đưa câu hát,
Dẹp xâm lăng anh khoác chiến bào.
Ngày đi thách với non cao,
Đêm về nương bóng trăng sao làm màn.

Cờ Đại Nghĩa chiều an khắp lối,
Trống Bình Ngô mở hội khai ân.
Đem nhân nghĩa thắng hung tàn(*)
Lưu danh nước Việt đến ngàn ngàn sau.

Nắng mới lên rạng màu non nước,
Dưới chân thành muôn bước quân đi.
Đền trời rõ nét chinh y,
Thỏa lòng nhân thế chờ khi dựng cờ.

Đường Độc Lập tinh kỳ phất phới,
Ngõ Tự Do đổi mới cho đời.
Non cao biển cả một lời,
Chung vai sẻ gánh lấp dời bể non.

I.   Đường Lịch Sử

25. *Ngày năm bốn héo hon lòng mẹ,*
Lũ trẻ gào chia sẻ núi sông.
Thăng Long thấm máu cỏ Hồng,
Phương Nam lấp lánh hoa Vàng dâng cao.

(*)   Ý Bình Ngô Đại Cáo

Cơn gió lộng lao xao mặt nước,
Dưới mưa thu dản bước thẫn thờ.
Bắc Nam ơi, có ai ngờ,
Hai mươi tháng bảy đôi bờ lệ vương.

Chiều Hiệp Định bên đường nắng tắt,
Núi sông này ai thắt tang thương.
Phía nam Bến Hải nắng Vàng.
Bên kia cờ đỏ quy hàng bắc phương.

Mẹ nghe tin bàng hoàng khôn xiết,
Chị đứng dậy liều chết ra đi.
Đôi quang gánh nặng chia ly,
Viết chương tiễn biệt để đi cung sầu.

Xa đất bắc hồn đau như tạc,
Đến bến nam man mác ngày về.
Giọt rơi thánh thót bên hè,
Vành khăn ai thắt nghe tê tái lòng.

Ngày xa quê chân không đành bước,
Lối qua ghềnh từng thước nổi trôi.
Nỗi nhà tình nước khôn nguôi,
Hai vai một gánh lệ khơi thành dòng.

Kìa một giải hình cong chữ S,
Sóng biển gào thét xiết lòng son.
Ai ơi thương lấy nước non,
Đừng khơi máu chảy, sói mòn tình quê!

Nay chia ly ngày về xa quá,
Lá lìa cành khó xóa cơn đau.
Nước non nào phải nương dâu,
Bia xanh sao vẽ ra màu bi thương?

Giờ vận nước đôi đường chia cắt,
Việt Minh về gieo rắc thê lương.
Người đi chưa thoát tai ương,
Kẻ còn ở lại máu loang giữa nhà.

Đường phương bắc trẻ già cay đắng,
Lớp phế hưng mưa nắng trái mùa.
Tiếng chuông vụt tắt bên Chùa,
Giáo đường cửa khép đợi chờ phong ba.

Kẻ ngoài xa, mưa ra khóe mắt,
Khách bên hè gió cắt xẻ da.
Về đâu lớp lớp mưa sa,
Nửa quê hương cũ cỏ hoa úa màu.

Trời thu lặng mây sầu lệ chảy,
Đất chia lìa tháng bảy năm tư.
Sơn hà uất nghẹn tin thư,
Sông Nam bến Bắc nhạt mờ trăng sao.

Bỏ Thái Nguyên chị vào Gia Định,
Rời Thái Bình em tính sang sông.
Hà Nam gió cát mênh mông,
Bùi Chu, Phát Diệm, Hải Phòng, ra khơi.

Trời Hà Nội mưa rơi lất phất,
Bước chân người mờ khuất Sơn Tây.
Quỳnh Lưu giữa chốn trùng vây,
Non cao lẻ bóng lạc bầy chim khôn!

Buổi nắng phai hoàng hôn đổ xuống,
Nửa giang sơn khốn đốn từng giờ.
Đỏ đường liềm búa treo cờ,
Giữa thôn khai hội, chuột bờ khoe lông.

Mở sát nghiệp, Hồ vung cán búa. (Khởi đầu cuộc đấu tố)
Nắm chuôi dao, Chinh múa vòng vòng.
Chuột đồng cắn ổ thi công,
Vui mùa đấu tố, máu rong khắp thành.

Khỉ đầu tường, máu tanh đất bắc,
Nghiệp búa liềm quỷ thác thần kinh.
Cao xanh luống ngẩn ngơ nhìn,
Đất sầu đón lấy muôn nghìn oan khiên.

II.   **Mộng Thanh Bình**

93. Phận người đi như chim vỡ tổ,
Nỗi xa quê muối đổ trong lòng.
Bắc Nam quang gánh ngược dòng,
Tình quê ai xẻ sông Hồng, Cửu Long.

Thuyền rời bến nghe lòng dao cắt,
Gió xa khơi, nước mắt lưng tròng.
Sớm mai nước mặn biển Đông,
Chiều hôm nắng ấm bên dòng Đồng Nai.

Từ Xuân Lộc, Hố Nai, Thủ Đức.
Đến Đồng Soài, Quảng Đức, Bình Long.
Ai lên Đà Lạt, Lâm Đồng,
Em về Bến Lức, Gò Công, Vĩnh Bình.

Rừng Đắc Lắc, Lộc Ninh voi chạy.
Đất Tam Biên nắng cháy từng giờ.
Cao nguyên gió núi sương mờ,
Di cư đổ xuống, dựng cờ khai hoang.

Kìa nắng lên An Giang, Ấp Bắc.
Trăng sáng về Đồng Tháp, Hà Tiên.
Người đi Châu Đốc, Long Xuyên,
Tỉnh về Sa Đéc, sánh duyên Kiến Hòa.

Rời Vĩnh Long chị qua Cai Lậy.
Đến Bạc Liêu nhớ mấy Cần Thơ.
Cà Mâu, Rạch Giá như mơ,
Mương sâu cá lội trên bờ lúa xanh.

Chiều trẩy hội Tây Ninh, Bến Cát.
Đêm Sài Gòn nghe hát trên sông.
Người đi khu chiến Phước Long,
Em ra Phú Quốc thấy lòng nước an.

Trải mấy thu ngựa yên gieo bước,
Quá đôi hè con nước vẫn xoay.
Đường mòn uốn khúc đổi thay,
Đất bùn vươn lúa, rẫy đầy ngô khoai.

Bảo Giang

Cửa thái bình chen vai cả nước,
Ngõ giang sơn vững bước quang hòa.
Đất bồi nở rộ muôn hoa,
Vườn trong oanh yến đường xa chén mời.

Bãi cỏ hoang nở mùi lúa tới,
Khoảng rừng sâu đổi mới từng ngày.
Vầng trăng rọi tỏ bước mây,
Người già yên giấc thơ ngây ấm lòng.

Trải nắng hạ ra công sớm tối,
Được mấy đồng khắp lối dư ăn.
Đường Ngô (*) mở lối thênh thang,
Cửa trong thôi khép cổng làng mở ra.

Cảnh thanh bình khách xa còn mến,
Nước non yên vui bến đàn cao.
Ngửa nhìn núi chất công lao,
Sông soi lộng bóng anh hào nước Nam.

(*)   Tổng thống Ngô Đình Diệm

III. Khúc Phản Ly

141. Rồi một ngày ánh quang chợt tắt,
Cho phương nam nước mắt nghẹn ngào.
Đỉnh trời chẳng ánh trăng sao,
Tấc cây ngọn cỏ hư hao úa tàn.

Miếng Sơn Đông bảy đàn nhảy múa, (*)
Lũ bề tôi đón chúa nơi đâu?
Xe tăng máu chảy ngập đầu,
Vườn Ngô nay đã ra màu rừng lau!

Trời rực lửa, nước sầu vô tận,
Đất giá băng nuốt hận nghìn sau.
Ngàn mây khéo trải một màu,
Tiễn đưa Quốc Sỹ lên cầu non tiên.

Vật vô tri cơ duyên là thế,
Kiếp phận người sao để hổ ngươi.
Cuộc vui núi chuyển sông dời,
Ngô Vương sống giữa đất trời bao la.

(*) Võ khất thực

Cậy công lao, vườn hoa múa rối,
Giỏi khoe tài Tân Cối⁽*⁾ nay đâu?
Thân là phận kiến cánh sâu,
May ra cũng được mộ khẩu cỏ phân!

Nắng trên cao, đường trần soi bóng,
Luận anh hùng khi đóng áo quan.
Ngô thời trái đức an dân,
Dương, kẻ, chuốc tiếng phản thân hại dân.

Cảnh võ biền, đăng đàn múa rối,
Cung lợi quyền sớm tối mưa phai.
Khố xanh, kép hát khoe tài,
Khua chiêng, gõ mõ sánh vai lên đồng.

Một cảnh trời Nam không chán đỡ,
Dưới dở người, trên dở vua quan.
Tài hoa thao lược chết oan,
Danh hề lơ láo oang oang tiếng chào.

Nhờ nước đục cò ngao kiếm sống,
Gặp hội tàn, đồng bóng lên ngôi.
Nước thời lỡ vận nổi trôi.
Kẻ đua danh lợi quét vôi đi về.

(*) Kẻ bán chúa cầu vinh

Đầu trơn bóng, theo nghề múa rối,
Áo đạo dài sớm tối phất tả.
Trương cờ, gõ trống, thét loa,
Dăm câu hát dạo, gọi ba thành phần.

Cầu đỉnh chung quan cần cái rổ.
Nước vỡ bờ, dân đổ lệ rơi.
Núi sông đau nỗi chuyển dời,
Đường quê cát bụi, nghịt trời khói bay.

Nơi biên cương từng ngày bão nổi.
Chốn lầu son con rối hát hò.
Cơ may đục nước béo cò,
Hang sâu chuột chũi bày trò lửa binh.

Cờ bán nước, thêu hình dáo mác,
Nghề đục tường, khoét vách ra tay.
Dân đen không bát cơm đầy,
Nửa đêm trẻ khóc, giữa ngày già than.

Đến Mậu Thân quan san máu chảy,
Khắp thôn làng lửa dậy đạn bay.
Mai tàn xuân cũng đổi thay,
Khỉ rừng vào phố cuồng say giết người.

Bảo Giang

Công trạng ấy, vay thời có trả,
Dấu thịnh suy tượng đá rêu in.
Qua rồi một thuở bình yên,
Phương nam lửa cháy, nhà tan từng hàng.

IV.   Cơn Binh Lửa

201. Cơn gió lửa La Vang nóng rát,
Trận bão cuồng vỡ nát Hải Lăng.
Nước tuôn đổ xuống hai hàng,
Non xanh thoắt đã bẽ bàng đường nam.

Cờ lỡ vận, chim đàn gặp cáo,
Buổi xa cơ xe pháo bỏ không.
Thành Quảng Trị tưới máu hồng,
Xác người dân Việt chất chồng lên cao.

Dưới bóng đêm, quỷ gào ma lộng,
Theo nắng tàn, Hồ cộng múa dao.
Đầu đường cờ đỏ vẽ sao,
Cuối thôn khai hội, khỉ cao bằng giời!

Kìa thiếu phụ chết ngồi lạnh cứng,
Bên xác người trẻ đứng âu lo.
Tuổi thơ mắt dại mở to.
Tương lai nào đến bên mồ xương tan!

Câu Bến Hải mưa tràn gió lộng,
Đất Trung Lương sấm động từng giờ.
Người đi cho núi sông chờ,
Ai về giữ lấy màu cờ quê ta?

Rời Mỹ Chánh, Đông Hà, Cam Lộ,
Bỏ Gio Linh lính bộ về đâu?
Vàng phai con nước âu sầu,
Đổ ra bể máu bên cầu Hiền Lương.

Giòng Thạch Hãn đoạn trường uốn khúc,
Đất Triệu Phong gặp lúc phân ly.
Lạc đàn trẻ khóc như ri,
Sông Hương, núi Ngự còn gì vấn vương?

Chuông Thiên Mụ nhịp thương vài tiếng,
Khúc A Sầu những phím rời tay.
Một cơn tỉnh, nhớ cơn say,
Nỗi đau ai thắt, ai bày ngoài khơi?

Đường Chân Mây sao rơi lẻ bóng,
Biển Sơn Trà ai ngóng trăng lên.
Dưới cờ tướng sỹ lặng yên,
Người theo chinh chiến nỗi niềm ngẩn ngơ.

Lòng chua cay thẫn thờ khôn tỏ,
Cảnh bọt bèo biết ngỏ cùng ai?
Thân trai nợ nước hai vai,
Tướng ngoài quan ải tượng đài mấy cao?

Thành Mang Cá giận sao cho hết,
Cột Vân Lâu tủi biết về đâu.
Dưới cờ chỉ thấy ngàn dâu,
Đồn xưa quạ rú trên lâu rêu phong!

Chiều Cổ Lũy trong lòng dao cắt,
Khúc quân hành đã tắt tiếng ca.
Người đi giữa bãi tha ma,
Kẻ về trong cõi mưa sa đầu thành!

V. Chí Làm Trai

249. Còn nhớ buổi bình minh nắng dọi,
Anh đội trời giữa lối đạn tên.
Bóng cờ tiếng trống dậy lên,
Phận người vì nước bỏ quên tình nhà.

Kìa những lúc trăng tà, nắng tắt,
Xót mẹ già ruột thắt từng cơn.
Đến khi chớp bể mưa tuôn,
Giọt sương thánh thót khơi nguồn thể nhi.

Người vẫn đi, xá gì băng tuyết,
Khoác chiến bào sống chết như mơ.
Ai đem nước biếc nên thơ,
Anh gieo câu hát rạng cờ quê hương.

Vượt quan ải, trường giang gió núi,
Đạp thác ghềnh sương khói mênh mông.
Người đi trên đỉnh chiến công,
Kẻ về rạng nghĩa non sông anh hùng.

Dậy cho cao lửa hồng tim nóng,
Phá cho tan bọt sóng bên đường.
Hôm nay ở chốn chiến trường,
Ngày mai về giữa phố phường ca vang.

Rạp mặt đất muôn ngàn ngọn đỏ,
Sạch ruộng đồng chồn bỏ cả hang.
Đường dài sông núi thênh thang,
Chim khoe tiếng hót, trống vang lời mừng.

Chiêng trống vang tưng bừng rộn rã,
Vỗ tay reo, tiếng đã dội thành.
Hôm nay nắng dậy thật nhanh,
Góp chung câu hát trên cảnh hội xuân.

Ta gặp nhau đường trần đổi mới,
Giữa muôn lòng phất phới cờ bay.
Trẻ già tay nắm lấy tay,
Dân vui tiếng pháo, bình say tiếng cười.

Nức công lao rạng ngời non nước,
Đất phương nam hết bước âu sầu.
Thành đô oanh yến vang lâu,
Trăng khuya dõi bóng một bầu rượu thơ.

Cuộc phế hưng lúc ngờ con tạo,
Quá gian nan biết đạo anh hào.
Rằng ai giấc mộng công hầu,
Chinh nhân say hội bên cầu đợi trăng.

Khúc tương giao cung hằng ngất ngưởng,
Chính khí ca vui hưởng chén mời.
Uống cho say cạn những lời,
Rượu chung tình bạn, chí thời núi sông.

Trải một vòng non bồng nước nhược,
Thỏa chí hùng muôn bước tiến công.
Dốc nghiêng bầu rượu non sông,
Uống cho cạn chén cay nồng năm xưa.

Thời chinh chiến tay đưa cung kiếm,
Lúc thanh bình dạ chiếm non khơi.
Một vùng đất nước thảnh thơi,
Em thơ ca hát, ta cười vang vang...

VI. Đoạn Đường Binh Lửa

301. Buổi phong trần rừng loang máu chảy,
Lớp tang thương trải mấy dặm trường.
Con đường số Bảy không hương,
Lối ra cửa biển lại vương nhuốm buồn!

Cuộc khởi đầu từ Buôn Mê Thuột,
Cuối đường hầm lũ chuột tinh ranh.
Tháng ba tiếng khóc dậy nhanh,
Đường xưa thay áo, rừng xanh đổi màu.

Nước non nghiêng mây sầu giăng lối,
Bỏ Plei Ku bối rối từng giờ.
Người đi trong cảnh vỡ bờ,
Kon Tum lửa khói, thẫn thờ thương đau.

Câu trước gẫy, phía sau giặc đuổi,
Ngọn sóng gào theo buổi pháo reo.
Trên cao đỉnh núi cheo leo,
Dưới sâu thung lũng ai trèo cho qua?

Đường số Chín mọc hoa cỏ dại,
Ngõ số Mười khép lại khó ra.
Chim Ưng vụt cánh bay xa,
Đoàn quân giữa trận máu hòa lời ca.

Bụi chinh chiến phôi pha lớp cỏ,
Vết máu loang mãi đỏ trên đường.
Giữa rừng đạn pháo vang vang,
Mảnh rơi xuống đất, hồn văng lên trời.

Gọi hòa bình, thấy phơi chật đất,
Khóc chiến tranh, xác lấp nửa vời.
Sáng chết đứng tối chết ngồi,
Người xa thành phố, kẻ rời chân mây!

Trăng vằng vặc cao dày một bóng,
Lệ nghiêng giòng, giọt nóng long lanh.
Đếm tàn ở giữa rừng xanh,
Còn nghe chim chóc trên cành kêu than?

Hờn máu lửa từng cơn đạn pháo,
Xé sương đêm tiếng cáo gọi hồn.
Xác nào rữa thối trên non,
Hồn ai về với vợ con, dân làng?

Hai mươi năm da vàng vụn vỡ,
Bỏ cõi đời anh ở nơi nao.
Thịt xương pha trộn máu đào,
Làm sao em biết mảnh nào là anh?

Khấn vòng quanh cây xanh rụng lá,
Bái giữa trời đất đá ngả nghiêng.
Hồn anh nếu có linh thiêng,
Thiếp xin xá lạy về riêng chốn này.

Chẳng về đây mối dây thiếp tỏ,
Để mẹ già con đỏ đều hay.
Rằng từ tình bén men say,
Em đã biết cảnh thương vay lệ sầu.

Nửa giọt đầu nát nhàu mặt gối,
Nối giọt sau chảy tới biển khu.
Ngửa nhìn một bóng trăng mơ,
Tình cao chất ngất ai ngờ quạnh hiu!

Uổng cho trăng tình thêu dệt mãi,
Tủi cho người gội chải tóc mai.
Én ra biển biệt chân mây,
Nhạn vào lẻ bóng hao gầy dáng ai.

Khách phong trần hai vai một gánh
Phận má hồng đôi cánh nặng mang.
Nhớ khi vừa độ xuân sang,
Thiệp hồng rộn rã qua làng báo tin.

Chị em rằng, lương duyên có phận,
Phúc do trời, vương vấn mà chi.
Lệ trào giữa buổi vu quy,
Nửa dảng cha mẹ, phần vì tình ai?

Con xa mẹ, giọt dài giọt ngắn,
Mẹ biệt con, lệ thắm trên tay.
Mảnh trời ai khéo xẻ hai,
Con đi qua ngõ rứt ray lòng già.

Mái nhà xưa, có cha có mẹ,
Đất lạ mùi, dạ xé bi thương.
Cao xanh khéo tạo hí trường,
Uyên ương chắp cánh, người vương câu thề!

VII. Hoa Thời Chinh Chiến

373. Chiều cuối hạ, chẳng về đón thiếp,
Lá thu sang, xe kết tơ hồng.
Trước sân hơi pháo còn nồng,
Phòng the thoáng động cánh hồng khởi nguyên.

Say với gió con thuyền xa bến,
Mải mê hương bướm quyện vườn đào.
Bồng lai ở mãi phương nao,
Cõi trần đan mộng, lạc vào khó ra!

Gió đông tàn cho hoa sớm nở,
Lối xuân về gợi nhớ mùi hương.
Lưu Trần mãi chuốc yêu đương,
Đào Tiên say yến, cung Hằng nổi ghen.

Nhớ tiếng tơ, nhạc lên tay phím,
Cung đàn trần vụt chín tầng mây.
Đỉnh trời ai thắt mối dây,
Cho đêm không dứt để ngày chẳng xa.

Chốn khuê phòng thuyền hoa êm ái,
Vận nước nhà khó giải can qua.
Đường quan vọng tiếng thét loa,
Giấy chưa hết hạn, lệnh ra gọi vào.

Chàng ngẩn ngơ kể sao cho xiết,
Thiếp thẫn thờ chẳng biết ra sao.
Gối chăn lặng tiếng lao xao,
Phòng ngưng đón gió mây vào nỉ non.

Trăng khuya lặn bóng còn thao thức,
Nắng chưa lên trống thúc xa trường.
Hàng cờ xe pháo vang vang,
Người đi khu chiến lệ giăng cõ phòng.

Vẽ cho lắm nỗi lòng nhân thế,
Tạo thêm nhiều dâu bể lẻ loi.
Nhật nguyệt chẳng thiếu gương soi,
Sầu lên khoé mắt, giọt đọi cườm tay.

Nỗi nước non khôn bày khéo vẽ,
Tấm lòng son ai sẻ ai ngờ.
Đàn Ly tiếc nuối cung tơ,
Khúc Trương réo gọi qua giờ nửa đêm.

Chẳng khó gỡ nỗi niềm tâm sự,
Thiếp u hoài chẳng nhủ nên câu.
Lửa binh gieo mãi cung sâu,
Đường ra quan ải rầu rầu cả hai!

Đèn khuya lẻ, tủi ai thao thức,
Bóng độc hành, ruột đứt canh thâu.
Sớm mai nắng rọi về đâu,
Trên ghềnh, dưới thác, hay lâu rêu phong?

VIII. Đêm Tạ Từ

417. Chàng lặng lẽ đi vòng từng bước,
Bóng in hình lên bức tường vôi:
Khuya rồi mình ngủ đi thôi,
Sớm mai nắng dậy thì tôi lên đường!

Thoáng bên tai tiếng dường băng tuyết,
Cánh tay run ôm xiết lấy thân.
Trời bày mở cuộc tương lân,
Sao người còn vẽ phong vân nghịch chiều?

Giải lụa này kết diều hợp gió,
Tiếng yêu kia gắn bó thủy chung.
Chàng đi chén rượu bỏ không,
Sương rơi thành hạt còn trông mong gì?

Ai nặng nợ, ai vì sông núi,
Chén tình nào đổi mới lời ca.
Khúc đàn chinh chiến thoáng qua,
Trong lòng dâu bể đã hòa ngàn tên!

Chốn biên cương mưa xuyên vách đá,
Cuối chân tường, hoa lá phơi sương.
Hai bên phủ ngập màu thương,
Người đi kẻ ở những vương vấn là:

Một cảnh nhà đợi gà gáy sáng,
Chốn xa khơi trống ráng trời đông.
Yêu vì hai tiếng non sông,
Hận vì đôi lứa lệ lòng rưng rơi?

Chàng đứng dậy kể lời non nước,
Dưới bóng cờ những bước hiên ngang.
Ngày đi giữa chốn đạn vang,
Đêm reo trong cảnh sa tràng trùng vây.

Vòng cung kiếm non tây biển bắc,
Dạ anh hào sống thác thênh thang.
Thanh gươm yên ngựa chiến trường,
Danh người vì nước khác phường cỏ cây.

Thời binh lửa, chân mây ngọn sóng,
Lúc thanh bình, nhịp bóng trăng soi.
Biên thùy ngựa đá thét roi,
Bến xuân hoa nở chén vui rượu đào.

Ra biên cương, người vào nghiệp nước,
Khó vuông tròn đôi bước tương lân.
Sáng ra trống điểm việc quân,
Chiều hôm đi giữa tên gần, đạn xa.

Nếu canh khuya trăng tà khuyết bóng,
Nắng không lên bọt sóng ngậm ngùi.
Con thuyền rời bến chẳng vui,
Bến xưa em chớ sụt sùi làm chi.

Kìa những kẻ đã đi vì nước,
Đem lời nguyền, hẹn ước chung thân.
Đã vào trong cuộc phong trần.
Đường mây chẳng biết lối gần ngõ xa.

Lỡ một chiều mưa sa, tắt nắng,
Trên chiến bào giải trắng thay hoa.
Ngàn mây theo dấu lệ nhòa,
Quan san thảo dã, mẹ già cậy em!

Đường lên non hai bên cỏ biếc,
Lối qua cầu chớ tiếc mưa ngâu.
Em đừng ra dáng âu sầu,
Cho hoa lá úa, thêm rầu lòng nhau.

Chờ một ngày đoàn tàu về bến,
Giã chiến trường bằng tiếng ca vang.
Núi sông chung một tuyến đường,
Tình quê ta lại đá vàng bên nhau.

Giang sơn còn ngàn sau hoa nở,
Đón xuân về rạng rỡ én bay.
Trước thềm tay lại nắm tay,
Chung ly mở hội yến say xum vầy.

IX. Nỗi Lòng Chinh Phụ

481. Nàng rằng: Kể từ ngày sánh bước,
Nối tơ hồng kẻ trước người sau.
Nương chiều dưa muối cơm rau,
Phụng loan chung bóng có nhau đêm ngày.

Gởi phận bướm, duyên may nhờ phúc,
Gom xuân thì dạo khúc đàn vương.
Anh đi vì nghiệp chiến trường,
Thân em đã phận nhưng đường con thơ?

Giọt máu đào đang chờ thai nghén,
Nỗi lòng này ngại bến sương thu.
Nay đang núp bóng nương nhờ,
Mai kia trở dạ, bấy giờ cậy ai?

Lại phụ mẫu gối mải bóng hạc,
Biết ngày nào ký thác non xanh.
Canh khuya thức giấc trở mình,
Nhìn con trên vách, gởi tình về đâu?

Đêm qua mau, nỗi sầu khôn xiết,
Tháng năm dài, em biết cậy ai.
Sớm mai vó ngựa chia hai,
Đường ra quan ải tính ngày về chưa?

Buổi anh đi, vườn xưa một bóng,
Chốn quan san chẳng ngóng sương mờ.
Diều cao ai gởi tin thơ,
Bến xuân không đón, lại chờ gió đông!

Rồi những buổi, mênh mông một cõi,
Nặng tương tư ai dõi tơ lòng.
Vào ra một lối thu phong,
Tìm đâu cho thấy dáng hồng buổi mai.

Cảnh song mai [*] còn dài hơn trước,
Thức thâu đêm nến ước đêm tàn.
Chim côi lạc gió xa đàn,
Rừng cao sương đổ đưa chẳng về đâu?

Cuộc bể dâu mưa sầu ngất núi,
Lớp phế hưng bão nổi cuối trời.
Thương ai muối đổ cơm rơi,
Tội ai không chỗ làm nơi tựa đâu!

(*)   Cảnh chờ đợi

Bảo Giang

Dốc trên cao đủ màu hoa lá,
Lối xuống ghềnh tầng đá cheo leo.
Bên kia mấy nhịp cầu treo,
Nơi đây ai chống mái chèo ngẩn ngơ.

Ngửa trông lên núi mờ mây phủ,
Dưới chân mòn ấp ủ tình non.
Dẫu là chí cả lòng son,
Từng đêm sương gội, chẳng còn tuổi xanh.

Đến sáng ra việc binh lại thúc,
Buổi đò đưa trống giục liên hồi.
Vườn xưa oanh nghẹn không lời,
Biển khu chẳng có rượu mời chiêu an?

Chẳng vì nước, gian nan sớm tối,
Chinh phụ kia, nặng mối tơ lòng.
Điểm canh tiếng trống điểm thủng,
Giữa khuya khéo gõ lạnh lùng cho ai?

Mắt nặng lo cho hai tròng bạc,
Giữa chiến hào ai tạc bến mê.
Ngàn xưa chinh chiến chưa hề,
Ngựa ra đầu núi dễ về non yên.

Tiếng trống reo xung tên đột pháo,
Bão lửa gào xé áo xé da.
Xót người ở chốn đường xa,
Túi ai thao thức canh gà kêu mai.

Rồi nắng lên, ngàn khơi bão nổi,
Thoáng tin chiều, khách đổi bến sông.
Đợi thuyền con nước luống công,
Phù sinh thôi đã một dòng hư vô!

Lạnh giấc mơ, hững hờ phấn nhạt,
Sắc hương tàn muối tạt trên môi.
Đàn cầm theo cánh lá rơi,
Phận người chinh chiến nổi trôi những là:

Cánh chim di xa nhà vỡ tổ,
Mẹ lạc con nỗi khổ nào hơn.
Người đi trong cuộc phù vân.
Kẻ về nước mắt lại hờn núi non!

Chàng đã phận nhưng còn hơn thiếp,
Nửa bãi chiều đón tuyết sương phơi.
Chán tường theo cánh lá rơi,
Ngoài sân đứng đợi hoa khơi nỗi sầu.

Hoa vẫn nở, đan màu tha thiết,
Hỏi ngày về ai biết hôm nao.
Thoáng nghe nước động lao xao,
Nhìn lên mới biết trăng gào trách mây.

Hẹn với ta còn gảy suối lệ,
Để cho người khóc kể oán than.
Ngậm ngùi hai chữ tính tang,
Cuối sống con sóng võ vàng vì trăng.

Tiếng nhạc reo qua đảng ngựa hý,
Đàn ngang cung ai ký thác tình.
Người đi còn bóng vắng hình,
Quanh sân dăm bước trăm nghìn ngẩn ngơ.

Đường biên cương mịt mờ sương khói,
Lối quay về đau nhói lòng ai.
Bến sông chợt xé làm hai,
Bên đông máu chảy, bên đoài lệ vương.

Đò cách trở sông Thương một bóng,
Tiếng tiêu nào mãi vọng xa xa.
Người đi như giấc mơ hoa,
Tình quê chưa giải, phận nhà thêm đau.

Trống tràng thành khoan mau từng khúc,
Mõ chiều binh có lúc nào ngưng.
Nửa đêm một tiếng điểm thủng,
Đôi bờ sông nước người trông kẻ chờ.

Bướm bên hoa bởi ngỡ hoa nở,
Sắc hương phai tại lỡ xuân thì.
Người đi, đi đến sơn khê,
Mây bay, bay mãi ai thề với ai?

Lũ nhạn kia lưng trời bóng lẻ,
Đoá hoa nào kẻ vẽ nên xuân.
Tiếng gà eo óc trên sân,
Người qua bến vắng phân vân cảnh chiều.

Giọng thấp cao thiếp liệu phân tỏ,
Lẽ thiệt hơn chẳng rõ từng câu.
Thân tằm nằm giữa bể dâu,
Mưa hôm nắng sớm chia sầu cho ai?

Chàng dệt mộng, thiếp mải nhung nhớ,
Con đợi chờ, mẹ lỡ trăng thu.
Hướng lòng lên tận chiến khu,
Dậy con đứng đợi chinh phu bốn mùa.

Thấy nắng hạ tìm mùa xuân cũ,
Gặp đông sang lá rủ hờn thu.
Thoảng nghe tiếng mõ bên chùa,
Dăm câu kinh kệ khéo đùa hư không.

X.   Chí Làm Trai

601. Chẳng lại bảo, vua Hùng dựng nước,
Ta nghìn năm nối bước nhau đi.
Dẫu là trong chốn sinh ly,
Hàng hàng lớp lớp người đi dựng cờ.

Giữa bao la tinh kỳ phất phới,
Triệu bàn chân bước tới hiên ngang.
Đất trời mở cuộc ca vang,
Đường xa đã quyết, đá vàng thi gan.

Nghe tướng lệnh, Bạch Đằng vươn sóng,
Vạn chiến thuyền, chiêng trống thét loa.
Đất bằng gió nổi phong ba,
Ngô Vương kiến nghiệp sử nhà còn ghi.

Khúc Mê Linh yếu vì xã tắc,
Dậy chiến trường Trưng Trắc năm nao.
Phất cờ diệt Hán giơ cao,
Bến thiêng sông Hát nghẹn ngào khói hương.

Giặc bên Ngô còn vương luống hận,
Kiếm Nhụy Kiều tỏ phận nữ nhi.
Người đi lưu ký sơn khê,
Kẻ về giữ nước lời thề vang vang.

Cờ Thiên Đức thênh thang vạn thế,
Đất Thái Bình, Nam Đế yên dân.
Bình Than trúc chẻ ngói tan,
Sông Hồng yên định thuyền nan vững lòng.

Vọng tiếng loa Diên Hồng réo gọi,
Kèn Bình Điền mở hội hùng anh.
Người đi theo nước như tranh,
Thanh gươm Vạn Thắng trên thành trao tay.

Cửa Hàm Tử còn đây hổ tướng,
Bến Vân Đồn gió chướng lặng yên.
Lửa hồng thiêu đốt thảo Nguyên,
Chương Dương, Vạn Kiếp lưu truyền sử xanh.

*Rồi người về Chí Linh dựng nghiệp,
Giữa đất trời thề diệt xâm lăng.
Tung vó ngựa, vạch biên cương,
Tay cung tay kiếm cho ngang bằng trời.*

*Đường phương bắc không rời một tấc,
Đất biên cương chẳng mất một phân.
Dưới cờ Đại Nghĩa Lam Sơn,
Mười năm biển ải há sờn lòng trai.*

*Kiếm Thuận Thiên lưng trời dọc nước,
Đất Đống Quan từng thước hiên ngang.
Xương Giang kèn thét loa vang,
Nam Quan quỳ khóc, Chi Lăng ngựa gào.*

*Kìa Vương Thông ào ào xe pháo,
Đến xế chiều cởi áo quy hàng.
Bình Ngô chí cả thênh thang,
Nghìn thu đuốc sáng, rạng đường phương nam.*

*Trải qua thời mưa ân nắng mới,
Bắc Bình Vương ra tới Thăng Long.
Đống Đa trẩy hội anh hùng,
Hoa giăng pháo kết trùng phùng trên sông.*

Kèn Ngọc Hồi trời long đất lở,
Trống Hạ Hồi thúc vỡ trăng sao.
Người đi áo nhuộm chiến bào,
Kẻ về lưu tiếng anh hào nước Nam.

Ta vươn vai giữ yên xã tắc,
Một lời thề đá tạc lòng trung.
Núi cao chí lớn không cùng,
Đường đi há ngại giữa rừng, biển sâu.

Hờn bạo chúa cúi đầu hàng giặc,
Đánh ngoại xâm người dắt nhau đi.
Cổng thành mở hịch Hàm Nghi,
Trời rung đất chuyển, người về Hương Khê.

Sông núi còn lời thề Cao Thắng,
Đất nước Nam chẳng vắng anh hùng.
Nhớ Đinh Tráng, Phan Đình Phùng,
Trăng cao khuất bóng, chiêng đồng còn vang!

Từ Vàm Cỏ, An Giang, Bến Lức,
Đến Ba Đình, trống giục xôn xao.
Người đi non nước nao nao,
Cổ Am, Yên Thế đứng cao giữa trời.

Trang sử ký rạng ngời bốn bể,
Giữ lời thề há kể tấm thân.
Khắp trời người đã vì dân,
Có đâu ta sẽ riêng phần ấm êm?

Thời ly loạn võ yên bờ cõi,
Lúc thanh bình bền gối thể nhi.
Nặng lòng chi phút phân ly,
Để vương nước mắt người đi, kẻ về.

Thân nam nhi, vai kề xã tắc,
Mệnh do trời, sống thác lo chi.
Chí trai dậy đất lời thề.
"Đạp con sóng dữ, trị vì biển Đông". (Bà Triệu)

Ngày ta về bếp hồng vẫn ấm,
Cuộc đoàn viên tay nắm lấy tay.
Đàn chùng so lại từng dây,
Cho đêm thánh thót, cho ngày hoan ca.

Trải vài thu dẫu là mưa gió,
Cách đôi hè chẳng có là bao.
Ngoài kia nắng đã lên cao,
Lưng mây tiếng hát xôn xao dậy thành.

Đường tổ quốc hùng binh rộn rã,
Cõi biên cương ngựa đá thét gào.
Đỉnh trời còn dấu trăng sao,
Đất nam rợp bóng anh hào xuyên sơn.

XI. Tình Trong Khói Lửa

697. Chẳng biệt nhà giữa cơn binh lửa,
Thiếp châu sa tựa cửa dõi theo.
Hờn nghe tiếng vó ngựa reo,
Giận trông cây cỏ cheo leo bên đàng.

Lòng người đi theo đường nước cuốn,
Ruột kẻ về gió cuộn lên cao.
Trên kia đỉnh núi sương sao,
Lũng sâu bến vắng tiếng chào dần thưa.

Tội cho kẻ phòng xưa một bóng,
Xót thương người ngọn sóng ngoài khơi.
Hai bên cách một chân trời,
Giải niềm nhung nhớ bởi lời nào đây?

Chẳng ngửa mặt, mây mấy gió gió,
Thiếp lặng lờ, có có không không.
Sáng mai nắng mới tươi hồng,
Ai người dỗ thiếp khô dòng lệ vương?

Đếm tháng hạ cảnh sương nguyệt gác,
Bến thuyền nào còn nhắc chiếu chăn?
Rời chàng, lòng thiếp chẳng an,
Xa chàng, dạ thiếp vạn phần lo toan.

Cánh hoa kia, khi tàn khi nở,
Cảnh nương dâu, lúc lở lúc bồi.
Bóng gầy lên dấu tường vôi,
Hình đếm đổ xuống lệ đôi thành dòng.

Buổi anh đi phòng trong cửa khép,
Em quay vào giày dép trên sân.
Hoa tàn bướm giã hương xuân,
Phòng loan xa dấu tương lân hôm nào.

Nhớ nắng lên mai đào phơi cánh,
Giận mưa qua đau gánh lẻ đàn.
Biển khu binh lửa chẳng tàn,
Bến hiên một bóng hồng nhan võ vàng.

Đếm mãi dài theo vầng trăng khuyết,
Nỗi đoạn trường em biết gởi ai.
Phòng riêng gối lệ xẻ hai,
Biên cương anh trải lá gai cho rừng!

Khoảng đất trời ví chừng vô tận,
Dáng bên tường khóc hận xác ve.
Thương chi tiếng cuốc gọi hè,
Ghét chi cái bóng kẻ kẻ thâu đêm!

Ngửa trông lên sao thêm lẻ cánh,
Xót phận mình giống ánh sao băng.
Thẫn thờ xóa dấu sương tan,
Mới hay cánh lá phơi vàng trên sân.

Tưởng thoi đưa nguôi dần nỗi nhớ,
Có đâu ngờ lệ nhỏ chẳng vơi.
Sáng ra đứng đợi sương mai,
Chiều về vui với hình hài tương tư.

Nhoà nước mắt tờ thư hôm trước,
Buốt tâm can nửa bước thêm sầu.
Hàng cây đứng rũ bên cầu,
Ai theo xác lá tìm màu thời gian?

Giận sắc vàng thu sang lá úa,
Hờn đông về tuyết múa trên cây.
Nhắn người ở cuối chân mây,
Hỏi xem nơi ấy đêm nay lạnh không?

Xuân vắng nhạn cho lòng băng giá,
Rát nắng hè, bóng cả đòi trăng.
Thu vàng gió thoảng hơi sương,
Nhìn cây lá đổ cho đường lệ khơi.

Bấm ngón tay, ngày thời đã tới,
Hạn đến kỳ, nguyệt mới khai hoa.
Nửa đêm tiếng khóc oa oa,
Mẹ đau, con đỏ mặt cha chẳng tường.

Đến một hôm bên đường giá rét,
Ngoảnh ra nhìn lệ xiết gió đông.
Mặc cho con trẻ áo bông,
Lại mong nơi ấy ấm lòng chinh nhân.

Lệ giăng ngang phủ vân lớp lớp,
Ướt chiến bào, sấm chớp mưa sa.
Trẻ ngồi bên cửa trông ra,
Mẹ lau nước mắt, ướt nhòa mặt con!

Cây trút lá đường mòn tuyết phủ,
Đá bên hồ thâm nhủ thềm năm.
Tháng giêng năm trước mai vàng,
Xuân nay lại để bẽ bàng cho hoa?

Nghe quốc gọi, chiều qua tháng hạ,
Đếm thu tàn, xót dạ lẻ loi.
Dặm trường trải bóng trăng soi,
Bến hiền nước nhỏ, ngọn roi trong lòng!

Rồi mẹ chờ, con trông đầu ngõ,
Mẹ thẫn thờ, con đỏ ủ ơ.
Lưng trời cánh én bơ vơ,
Trong nhà một bóng con thơ tập bò.

Chẳng mấy chốc con lo tập đứng,
Tuổi chưa tròn đã hứng thương đau.
Ai mong trẻ lớn lên mau,
Vây đoàn, hợp cánh thi nhau lệ mờ?

Trải hai năm hững hờ hương phấn,
Đủ tám mùa thơ thẩn vây quanh.
Măng già thành lũy tre xanh,
Người đi rong ruổi chiến tranh chưa về.

Bảo Giang

Nhớ tích xưa trăng thề đưa lối,
Vợ chồng Ngâu khóc nỗi đường xa.
Bạc đầu theo giấc mơ qua,
Cầu hoa Ô Thước, cũng là tình si!

Trách xuân hạ trăm bề nghìn nỗi,
Giận thu đông gió thổi ào ào.
Ái ân tựa giấc chiêm bao,
Trăm năm một cõi hư hao những là:

Người vỡ mộng, thương hoa nhớ phấn,
Kẻ tỉnh thời, ngớ ngẩn bên hiên.
Cao xanh rắc trải ưu phiền,
Hồng nhan đổi phận gió xuyên từng hồi.

Lại cảnh chiều trùng khơi bão nổi,
Mưa gió về trăm nỗi ngổn ngang.
Tim gan gởi chốn quan san,
Buộc vào chiếu đất, buông ngang màn trời.

Đến thu sang lá rơi ngập lối,
Mẹ ôm con dạ rối tơ vò.
Thuyền đi để lại bến đò,
Trên sông nước cũ câu hò gởi ai?

Thư vẫn gởi, vạn lời khôn tỏ,
Đón tin về, chẳng có một hai.
Để người trong cuộc nắng phai,
Kẻ bên khung cửa gối mài sương thu.

Đường quan ải mây mù giăng lối,
Ngõ quê nhà bối rối đứng trông.
Sắt cầm hai chữ trống không,
Tìm đâu ra dấu phụng long vai kề?

Rằng phận cỏ, cũng bề hoa lá,
Kiếp con người, hóa đá xẻ đôi.
Đến khi con trẻ thôi nôi,
Người đi thư cũng theo hồi báo suông.

Không tin thơ màn buông cửa khép,
Chẳng gặp nhau gang thép cũng mềm.
Sao Ngưu lẻ bóng giữa đêm,
Canh năm Chức Nữ bên thềm chơ vơ.

Cảnh trông mây mắt mờ gối mỏi,
Chén cơm chiều, con hỏi chờ ai?
Tưới hoa theo dấu lệ rơi,
Thuyền không về bến mặc ai chan hòa.

Lại phụ mẫu, mắt lòa tóc bạc,
Bước chân run, bóng hạc tính giờ.
Lời kinh khi tỏ khi mờ,
Tiếng ra cửa bắc, giọng chờ bến nam.

Đường phía tây, hàng hàng mây phủ,
Cửa phương đông, tường cũ rêu in.
Lên chùa bói quẻ làm tin,
Khói hương nửa buổi, khấn xin yên bình.

Trong cơn mộng giật mình tỉnh giấc,
Giữa đêm đen dạ chất sương mờ.
Thấy người trong cõi sa mưa,
Lung linh nến cháy ngựa đưa theo hàng.

Nghi ngút khói, vầng dương xế bóng,
Dưới nguyệt tàn, lệ đọng trên môi.
Bến sông chợt xẻ làm đôi,
Người đi lạnh đất, kẻ ngồi xót xa.

Nhặt xác hoa mưa ra như thác,
Trách người đi biếng nhác ngày về.
Trăng kia khéo phụ lời thề,
Sầu riêng con nước ủ ê đợi chờ.

Nỗi nhớ nhung vần thơ bối rối,
Dáng tre gầy *(*)* thêm nỗi ngổn ngang.
Lạnh lùng giọt nước dưới trăng,
Tuôn rơi trên má, lá vàng ngẩn ngơ.

Từng khuya vắng bơ phờ lối cũ,
Mỗi chiều tà đứng rũ trên sân.
Ngẩn nhìn những đóa phù vân,
Đoạn trường hai chữ gian truân buộc vào.

Giữa cơn đau réo gào trời đất,
Bấc đèn tàn thoáng giấc thu không.
Thềm hoang lớp đá rêu phong,
Phụ thân khép cửa riêng phòng khóc than.

Tiếng nỉ non muôn vàn thống thiết,
Hỏi người đi có biết hay không?
Cõi ngoài gió đổi sang đông,
Trong nhà muối đổ, lệ lòng lại rơi.

Kẻ ra khơi, cuối trời lửa dậy,
Người đứng trông, mắt giật từng hồi.
Trống chiêng gõ nhịp chẳng rời,
Nửa phân đê vỡ, vạn dùi thúc quân.

_____

(*)   Cha mẹ già

Bảo Giang

Kèn tiễn binh còn ngân chưa dôi,
Tiếng vó reo đã dội biên cương.
Ngàn xưa binh tướng lên đường,
Nghìn sau tiếp nối hàng hàng lệ vương!

Đường lên non hoa giăng cửa chợ,
Lối đi về dáng tựa theo mây.
Rượu mời chưa uống đã say,
Dăm câu tiễn biệt mắt cay cay nồng.

Bóng thời gian xiết lòng nhân thế,
Ngấn lệ dài sao để riêng ta?
Đưa con lên núi tìm cha,
Kẻo mai xuân hết, tan hoa nát vàng.

XII.   **Cuộc Đoàn Viên!**

881. *Lúc gặp nhau, chẳng mừng hơn thiếp,*
Cánh tay run, ôm xiết lấy con:
"Con ơi, nước nước non non,
Lòng ta dao cắt, mẹ con bơ phờ!"

Được một lời hồn thơ phơi phới,
Khỏi hai ngày trẻ mới tập quen.
Thùng đạn vỏ pháo mon men,
Mặt cha chưa tỏ đã quen hàng rào.

Trên đỉnh núi gió ào ào thổi,
Dưới chiến hào lửa đuổi đạn vang.
Dạy con đi đứng hiên ngang,
Đã vào nghiệp nước, coi thường gian nan.

Chợt một ngày ngàn dân hoảng hốt,
Vỡ chiến hào, ai thốt nên câu.
Trên cao chim sắt vượt cầu,
Lũng sâu đội ngũ kéo nhau cản rừng.

Hổ xa cơ, những bừng bừng giận,
Dân theo sau, lửa hận hận căm.
Lầu cao tướng lệnh từ quan,
Thênh thang một gánh xa đàn, cao bay.

Nước non ơi, hoa thay lá rụng,
Chức phận này âu cũng chia xa.
Xót người lỡ gánh đường xa,
Giận ai trong cảnh lầu hoa gác vàng!

Bảo Giang

Ngoảnh nhìn lại, trường giang mấy phủ,
Bước tiến lên ủ rũ cơn mơ.
Cuộc nhân sinh có đâu ngờ,
Niềm vui chưa thỏa đã chờ chiêm bao.

Gặp ác mộng, dạ nào không xé,
Tiếng đạn gào, chẳng lẽ vui tai?
Trước còn thỉnh thoảng một hai,
Sau nghe như sóng vỗ ngoài biển khơi.

Ai đứng đó một thời đang sống,
Thịt xương nảy từng đống mãi cao.
Cộng vào khơi cuộc binh đao,
Dân Nam ngã xuống máu đào loang loang.

Máu thấm vào rừng hoang, góc bể,
Chén lệ nào nhắc kể bắc nam.
Người đi chưa hết oán than,
Kẻ về nằm chết bên đàng chờ ai?

Người nằm xuống, rừng phai sắc lá,
Kẻ đợi chờ hóa đá đầu non.
Nắng trời đổ xuống môi son,
Vầng trăng chếnh chếch gọi hồn đi hoang.

Rồi lửa cháy trên đồng, góc núi,
Chén lệ tràn thêm tủi non lam.
Phận người sinh tử ly tan,
Tình quê ai xé, ai làm thương đau.

Đống xác khô vẽ màu dâu bể,
Nắm xương tàn há để soi gương.
Bắc - Nam thành bãi chiến trường,
Trăm năm chứng tích còn vương lệ sầu.

Cuộc chinh chiến, mưa dầu nắng lửa,
Phận con người như giữa cơn mê.
Ngàn xưa đi đã không về,
Nghìn sau tiếp nối câu thề vang vang.

Đạp cây cỏ, gót chàng tới trước,
Tay bồng con em bước theo sau.
Pháo rừng mỗi lúc thêm mau,
Lòng người như sẵn cơn đau trăm chiều.

Đường tiến lên, loa kêu đạn réo,
Lối quay về, mây kéo bom rơi.
Từng giây chớp đỏ lưng trời,
Lửa hoa đổi mắt, hồn rời bến mơ.

Tràn mặt đất hàng cờ nghiêng ngả,
Khuất trên mây nghe cả tiếng người.
Non xanh im bặt tiếng cười,
Xem hàng nước mắt của người người vương.

Buổi sớm mai nắng hồng lên mắt,
Lúc xế chiều dạ thắt cơn đau.
Rừng xưa thêm những hố sâu,
Đất quen sao nỡ dội sâu lên nhau?

Vết máu loang đổi màu thẫm đỏ,
Nát ruột gan người bỏ tương lai.
Tử sinh số mệnh an bài,
Đã cho duyên thắm, lại bày lúc tan!

Nếu đã cảnh hồng nhan bạc phận,
Há tiếc vì số vận rủi may!
Tội cho con én rã bầy,
Rừng sâu núi thẳm từ đây tựa đâu!

Nhớ hôm nay, trăng sầu bóng lặng,
Giỗ tháng này, em nặng gánh mang.
Nhặt hoa, rắc rải trên đàng,
Thêm dòng nước mắt để tang cuộc tình!

XIII. Cuộc Sinh Ly

965. *Người thiếu phụ vật mình nức nở,*
Tiếng trẻ gào cho vỡ non cao.
Rừng xanh thẩm đỏ máu đào,
Nghìn tang thương ấy tạc vào mộ sâu.

Ngày trở về, cơn đau như xé,
Buổi đoàn viên, nước rẽ đôi dòng,
Tình anh ôm lấy non sông,
Phận con một bóng lệ đong giữa rừng.

Buổi hừng đông mẹ bồng cha bế,
Dưới nắng chiều nước sẻ tình non.
Người đi gói trọn lòng son,
Kẻ về một bóng thả hồn đi hoang.

Bừng cơn giận, rừng loang máu chảy,
Uất cơn đau lửa cháy ngập trời.
Người đi chẳng nói một lời,
Đôi bàn tay lạnh, mảnh đời vút qua.

Bảo Giang

Nước mắt trào trên hoa cỏ lạ,
Ước hẹn nào cho dạ héo hon.
Tình chẳng lấp bể dời non,
Nửa đường thoắt đã bỏ con trên đồi.

Tuổi thơ dại chưa ngồi đã đứng,
Bước đầu đời tập hứng thương đau.
Rừng đếm, đếm mãi một màu,
Núi cao, cao chất hận sầu cao thêm!

Nếu thiếp hay chữ duyên văn vỏi,
Há ngại gì trăng dõi lầu tư.
Bằng không niêm kỹ phong thư,
Cửa riêng khép lại, ai chờ mặc ai.

Giận má đào đường dài không tỏ,
Xót con tằm chẳng bỏ nhả tơ.
Nửa đời chiếc cánh bơ vơ,
Phấn hồng áo lụa sớm chờ hồng nhan!

Tiếc gió xuân vàng ngàn khó chuộc,
Giận tuyết đông lại buộc trong lòng.
Thu về lặng bóng bên song,
Hạ nghe tiếng cuốc réo hồn Đỗ Quyên!

Đài tử sỹ tỏa lên sương khói,
Mặt thể nhi một gói nặng mang.
Hồn anh ở mãi thiên đường,
Có nghe chiêng trống chiến trường vang vang?

XIV.   **Khúc Nhạc Chiêu Hồn**

1005. Rằng phận thiếp mênh mang suối lệ,
Số mệnh chẳng như thể chim di.
Người rằng chỉ tạm một khi,
Cao xanh gây cuộc sinh ly đôi đàng.

Đất rừng lạnh chiếu chăn chẳng có,
Gỗ núi đây lại khó đóng quan.
Thể nhi xin đứng hai hàng,
Thay binh làm lễ tiễn chẳng non tiền.

Kèn tử sỹ gió miền man thổi,
Trống chiều quân chẳng đổi một dùi.
Con sâu cái kiến ngậm ngùi,
Chia nhau từng góc sụt sùi, tử sinh!

Nhạc chiều sinh bất bình khôn kể,
Khúc quân ca há để gọi hồn.
Sa trường súng đạn bỏ không,
Rừng khuya sương khói lạnh lùng riêng ai?

Hờn binh lửa oán tải gõ trống,
Chờ hòa bình kẻ sống còn đau.
Cuộc cờ khéo đổi thay mau,
Niềm vui chưa thỏa cung sầu trỗi lên.

Hoa lá nát chưa yên phận cỏ,
Kiếp phù du, thiếp tỏ dăm lời.
Một đêm máu chảy loang đồi,
Mẹ thành góa phụ, con thời bơ vơ.

Dây đàn đứt tiếng tơ khôn gắn,
Phím so chùng khó nắn đôi cung.
Lầu xưa xương phụ lạnh lùng,
Đồn binh ai đứng trong vùng phong rêu?

Đâu những cảnh hình thêu oanh yến,
Có một chiều con én khấn van:
Giữa rừng không thể mua nhang,
Em nhờ cây cỏ làm tang cho mình.

Thảng những khi bình minh nắng dậy,
Anh trở mình chẳng thấy nhân sinh.
Mơ trên nắng cỏ lung linh,
Ấy sương tuyết đọng, ấy tình nhân gian!

Cửa trần gian quan san cách trở,
Cổng thiên đàng chưa mở lối ra.
Hồn anh ở chốn rừng xa,
Hãy tìm lấy chỗ có hoa mà nằm.

Cúng cơm rượu ngày rằm mỗi tháng,
Em dặn con nhắm hướng dâng hương.
Trước là tỏ nỗi niềm vương,
Sau cho con trẻ biết đường đáp ân.

Giỗ hôm nay rừng tàn, lá đổi,
Thiếp cúi đầu quỳ gối tiễn đưa.
Nếu chẳng lưu ký tình xưa,
Đừng hờn trách thiếp, chớ ngờ lòng con!

Mặt trẻ thơ hãy còn măng sữa,
Dạ mẹ thời rối tựa tơ vò.
Ngửa lên thêm nặng gánh lo,
Rừng sâu không bến, thuyền đò gọi ai?

Ở nơi đây còn hai đôi mắt,
Cảnh chưa quen trẻ chắp cánh hầu.
Hố sâu đất đá đổi màu,
Chẳng đi cho thoát cõi sầu nhân gian.

Vút lên mây với ngàn hoa lá,
Giã tình nhà biệt cả nước non!
Con ơi, lạy bố đi con,
Lạy xong, ta sẽ trèo non vượt rừng.

Vượt cho thoát, lửa bừng bừng giận,
Chạy cho qua, khói hận hận căm.
Tránh xa một kiếp ăn năn,
Xoá cho tan hết oan oan nặng lòng.

XV. Tiếng Vọng Giữa Trời

1069. Người thiếu phụ long đong lệ đổ,
Trẻ bơ vơ nước nhỏ hai hàng.
Rừng chiều sương khói giăng ngang,
Gió đếm vội cắt như ngàn mũi tên.

Người nằm xuống chưa yên phận nước,
Kẻ còn đây từng bước chân hoang.
Âm dương cách biệt đôi đàng,
Trời cao đất thấp lỡ làng tình ta!

Sống núi lở hồn hoa tan vỡ,
Trời đất còn anh ở nơi đâu.
Trần gian thăm thẳm một màu,
Trên cao lơ lửng trăng sầu gọi ai?

Ôi gươm giáo, ôi thời oanh liệt,
Giữa rừng già chẳng viết di thư.
Thiếp về nuôi dưỡng con thơ,
Chàng đi giữ lấy màu cờ quê hương?

Mộng lấp biển giữa đường đứt gánh,
Chí vá trời như ánh sao băng.
Nắng chiều đổ xuống đất hoang,
Cỏ cây hoa lá ru chẳng thiên thu!

Người thiếu phụ tạ từ đứng dậy,
Trẻ cúi đầu bái lạy mộ cha.
Đất trời mở cuộc phong ba,
Lửa thù chẳng dứt, gánh nhà nặng thêm.

Nỗi khổ này vượt trên sự chết,
Bể dâu kia ai viết thêm trang.
Rừng khuya lửa cháy từng hàng,
Sương đêm vội thấm giá băng trong lòng.

Con theo mẹ lên non gọi nước,
Mẹ níu con một bước chẳng rời.
Ai đem sáng đổ lưng trời,
Để rừng pha máu cho người ly tan.

Manh áo rách chứa chan dòng lệ,
Lớp phế hưng bóng xế một thời.
Tình anh biển rộng sông dài.
Quê hương còn đó ai bày cuộc vui?

Hồn chinh chiến ngậm ngùi lá cỏ,
Lớp tang thương nhuộm đỏ áo bào.
Ngày đi tay với non cao,
Trở về một túi chôn vào núi sông.

Cuộc sinh tử như dòng nước chảy,
Giấc trăm năm chỉ thấy bụi bay.
Phù vân lớp lớp đổi thay,
Cao xanh thì mãi miệt mài cơn say!

Nhớ hôm nay hồn bay phách lạc,
Khốn cảnh chiều đói rát bụng con.
Cuối đường chỉ thấy núi non,
Chân đồi mẹ đứng ôm con lệ ròng.

Giận rừng sâu không còn một lối,
Tắt nắng chiều, bóng tối kéo sang.
Rừng xanh hóa cảnh rừng tàn,
Cây trơ gốc rễ cành tan nát cành.

Mẹ cúi xuống long lanh ngấn lệ,
Con nhìn lên, dạ xé khan hơi.
Con sâu cái kiến nghẹn lời,
Trời cao có thấu cho người người không?

Ôi non nước, ôi dòng máu đỏ,
Mảnh tình sâu, mãi nhỏ trên con.
Bước đi theo những lối mòn,
Dấu chân trên đá có còn trăm năm?

Rồi nắng dậy, rừng tàn thay lá,
Dưới lửa hồng, hoa đã thành than.
Đường dài đếm những gian nan,
Đi trong nước mắt với ngàn đau thương.

Từng cây số máu xương trộn rác,
Vật hay người tan nát giống nhau.
Thịt da lớp lớp đổi màu,
Mắt hoa những mắt, lòng đau đớn lòng.

Mẹ cúi xuống, miếng còn dính máu,
Con nhìn lên, đau đáu từng cơn.
Lửa nào rực cháy giang sơn,
Lửa nào nhóm bếp qua cơn đói này?

Ngửa trông lên hàng cây lặng bóng,
Dưới chân đồi, từng đống đống son.
Chạy dài một giải nước non,
Mẹ già níu lấy xác con rã đời.

Khoảng núi hoang chim rời tổ ấm,
Mảnh đất rừng người thấm thương đau.
Gượng qua mấy giải mấy sầu,
Bên kia may có phép màu yên vui?

XVI. **Vành Khăn Lịch Sử**

1149. *Có ai ngờ, nơi nơi tang tóc,*
Mất cao nguyên mẹ khóc Thừa Thiên.
Một chiều đất nước ngả nghiêng,
Cộng về gieo khổ cho riêng từng người.

Đất Phú Xuân, một thời dựng nghiệp,
Nước sông Hương cách biệt chia ly.
Chạy qua đồn vắng Tam Kỳ,
Non côi đá lở bên bờ Quảng Nam.

Tràn mặt đất da vàng thành xám,
Giữa lưng mây lửa bám không rời.
Quy Nhơn, Phù Cát nghẹn lời,
Người xa Đông Đế bỏ thời Quang Trung.

Đâu chiến tích anh hùng thuở trước,
Đây một thời lỡ bước, lệ rơi.
Thành cao ai khóc thương Hời,
Lũng sâu đất Việt dậy lời oán than.

Lớp sóng tan vượt ngang Đà Nẵng,
Ngọn đỏ gào phố vắng Nha Trang.
Biển xanh có lắm Dã Tràng,
Lâm Đồng, Quảng Ngãi, Phan Rang đổi hồng.

Cửa Hội An hừng đông sớm dậy,
Ngõ Khánh Dương cầu gẫy vỉ mìn.
Ai người ngồi nhớ Phú Yên,
Chị xa Đại Lãnh còn nhìn sông Ba.

Khóc đi em, Tuy Hòa đã khuất,
Ngủ đi anh, Huế mất lối về.
Cam Ranh, Phan Thiết não nề,
Bình Tuy trái gió giữa hè thêm đau.

Đường An Lộc trăng sâu bóng lặng,
Đất Tây Ninh mưa nắng hững hờ.
Vũng Tàu sóng cuốn gãy cờ,
Sân bay nắng đợi, bóng chờ ai đi?

Buổi sớm mai, người vì xã tắc,
Dưới nắng chiều, trỗi nhạc ly hương!
Mảnh cờ, vạt áo vương vương,
Khăn tang ly biệt giữa đường càng đau.

Ấy một thuở công hầu khanh tướng,
Buổi ra đi ai vướng bận lòng.
Mảnh trời sắc sắc không không.
Nước non, hai chữ theo dòng rêu xanh!

Bức dư đồ trẻ tranh nhau vẽ,
Nước chưa yên đã xé chiến bào.
Phận người lính trẻ lao đao,
Sau lưng thành trống, trước hào đạn tên.

Một bóng hình in lên vách núi,
Tượng đá ngồi bó gối trông theo.
Con thuyền nước Việt không neo,
Lênh đênh trôi dạt như bèo biển Đông.

Bờ cát dài lạnh lùng ôm sóng,
Vỡ tan bầy chim lóng ngóng bay.
Đàn kia cứ đứt từng dây,
Để cơn nắng hạ oán ngày tàn binh!

***

Nhớ hôm nao, rừng xanh nghiêng bóng,
Dưới tinh kỳ chiêng trống vang vang.
Vạn binh nô nức lên đường,
Trời cao pha sắc hoa vàng lưng mây.

Người đầu tuyến, mơ say nghiệp nước.
Kẻ giữ thành vững bước hiên ngang.
Ngửa lên cho tỏ ánh quang.
Ta đi giữ đất cho ngàn ngàn sau.

Mộng là thế cơn đau vội quá,
Trống chưa tan, chiêng khóa, thu cờ.
Một thân xứ Bảo^(*) bơ vơ,
Đồn cao như núi ai ngờ lệnh lui.

Đường Gia Định sụt sùi nước mắt.
Đất Biên Hòa mẹ dắt con đi.
Mở đường hai chữ biệt ly,
Cửa thành đã khép biết khi nào về?

Bỏ Bình Dương, Lai Khê rã gánh,
Rời Long Thành, Định Quán đã tan.
Trên cao đỉnh núi Chứa Chan,
Phước Tuy muối đổ quan san nặng sầu.

(*) Quê tác giả, địa điểm cuối cùng rút khỏi Xuân Lộc

Đất đổi màu niềm đau Xuân Lộc,
Nước cuối giòng đổ dốc tay buông.
Giữa làng ai vỗ tay suông,
Thành đô mở hội diễn tuồng lui quân:

"Xin một lần vì dân vị nước,
Thề một lòng đi trước đoàn quân!"
Chiêm tinh diệu toán bằng thần,
Tuồng chưa diễn hết, Nguyễn quân bỏ dùi.

Võ được trống, Dương vùi trận thế,
Cờ chưa đi, tính kế đâu hàng.
Ba mươi trống gõ tang tang,
Vũ, Văn xếp sẵn hai hàng đu dây.

Trời uất hận miền tây lẻ bóng,
Biển lạnh lùng bọt sóng vỡ tan.
Khắp thành dậy tiếng oán than,
Cổng làng mẹ góa khóc đàn con côi.

Nước non ơi, hoa rơi có vận,
Lỡ duyên rồi gởi phận nơi nao!
Đêm nay trăng sáng phương nào,
Để riêng bóng tối tràn vào nước Nam!

Ngước trông lên hoa Vàng tan nát,
Ngó ra khơi dạ thắt lòng son.
Còn gì duyên phận nước non,
Mẹ già ôm lấy xác con cũng rầu.

Đất nghìn dặm mây sầu che phủ,
Tấm lòng son ai đủ chung tình?
Sử còn hai chữ nhục vinh,
Đem ra cửa chợ lấy hình soi gương!

Rồi sớm mai sầu vương nắng dậy,
Cuối trời chiều chẳng thấy hùng binh.
Vàng đi bóng Đỏ khắp thành.
Ngồi đây lớp lớp những hình không tên!

XVII. Sau Mùa Chinh Chiến

1253. Nhớ khi xưa hai bên ném đá,
Sông núi còn hồn đã vỡ tan.
Cần Thơ cung oán ngân vang,
Nguyễn, Lê (*) khuất bóng giang san đổi màu.

Mặt nước lặng mưa sầu khôn xiết,
Mất anh rồi nước hết tương lai.
Sao băng nào phải một Hai, (*)
Ngoài biển mất Vỹ (*) cùng ngày Phú (*) đi!

Đất khóc người nam nhi chí cả,
Nước cạn nguồn vội vã cơn đau.
Mẹ già bóng ngả cảnh dâu,
Trước sân lệ máu khởi đầu điêu linh.

Cờ lỡ vận nên thành hoang phế,
Bức dư đồ khéo để tàn phai.
Người đi bỏ cõi trần ai,
Kẻ còn ở lại dũa mãi cơn đau!

(*)   Tên của những vị tướng Vị Quốc Vong Thân

Vắng bóng anh vườn dâu lá úa,
Cạn nước đồng ngọn lúa nghẹn bông.
Một nhà nam bắc long đong,
Cảnh ngoài xuôi ngược, hình trong ê chề.

Đường phương bắc như dự vỡ tổ.
Bố mẹ già gánh rổ lên non.
Thương đau đổ xuống lối mòn,
Tìm đâu cho thấy bóng con trên đời.

Tuổi mười sáu gặp thời lá đỏ,
Đôi dép râu chết bỏ bên đường.
Xác mới đạn pháo reo vang,
Lá xanh rụng xuống dưới hàng núi non.

Đoàn người sang đường mòn nam bắc,
Thấy mảnh xương là nhắc lên tay.
Đem về trộn với đắng cay,
Hòa thêm nước mắt đặt ngay bàn thờ.

Chốn cao quang, hồn nhờ hương khói,
Tụng kinh nhiều ma chói lỗ tai.
Gặp thời quỷ dữ đầu thai,
Đầu trâu cốt khỉ xương nai cũng thờ!

Trời chẳng biết ngày giờ nó chết,
Đất nào hay nó tịch ở đâu?
Đã tan mất xác từ lâu,
Cần gì phải lựa đầu lâu con mình!

Cuộc bể dâu tan hình vỡ bóng,
Nước cuối dòng lớp sóng dâng mau.
Đổi đời ngọc nát tan châu,
Thoảng trong đêm vắng trống câu hồn oan...

XVIII. Cảnh Sống Miền Nam
sau 30/04/1975

1297. Nơi phương nam tường loang máu đỏ,
Khắp thôn làng từ độ tháng ba.
Vạn nhà chẳng có một hoa,
Trẻ thơ khát sữa mẹ già thiếu ăn.

Thuyền không bến, đổ tràn ra biển,
Chim vỡ đàn, nhíp tiếng kêu thương.
Thành xưa tượng đổ từng hàng,
Trăm năm thối đã cuối đường bơ vơ.

Tàn binh lửa trăng mờ sao nhạt,
Khúc quân hành thôi hát sớm hôm.
Đầu thành cho đến cuối thôn,
Lính tang thương áo bỏ đồn binh xưa.

Vắng bóng anh, cộng đưa lệnh vỡ,
Dở khóc cười đội ngũ ù ơ.
Rừng quen trở giấc thâm u,
Trên vai gánh nặng dạ như đeo sầu.

Hờn thay áo nền màu phấn nhạt,
Đổi cách đi muối tạt bờ môi.
Cuốc ra những luống lệ khơi,
Chặt sao cho hết mảnh đời bi thương.

Khoảng năm đầu hờn vương đáy mắt,
Đến thu sau chân nát lối mòn.
Mẹ già một bóng héo hon,
Vợ đong nước mắt dỗ con bên cầu.

Đợi tin chồng cơn đau càng thắt.
Ngóng thư con ruột cắt từng giờ.
Lên rừng một giỏ cơm khô.
Năm ba phút gặp bạc phơ mái đầu.

Tội cho anh nỗi sầu khôn tỏ.
Xót mẹ già khi rõ mặt con.
Đôi người chung phận nước non,
Chia nhau miếng bánh lệ còn rưng rơi.

Ở một nơi chị rời bến vắng,
Cảnh xa cơ giọt đắng bẽ bàng.
Lính xưa chờ bóng xếp hàng.
Ngửa lên luống nghẹn, quay sang vướng sầu.

Trải gió sương mái đầu không bạc,
Chốn lao tù phai nhạt giấc mơ.
Mẹ về nước mắt nhòa thơ.
Chị ra khỏi trại, thẫn thờ, oán, thương.

Nước qua cầu chảy vươn ra bể,
Chữ tang thương lại để đường dài.
Mẹ già giọt lệ sẻ hai.
Nửa trong cũi cộng, phần ngoài dặm xa.

Trong cũi cộng dân ta lóng ngóng,
Bến ván thuyền đợi sóng ra khơi.
Hồn đi khấn vái giữa trời,
Xác theo con nước lạc nơi biển gào!

Đường phố đỏ, lao đao nạng gỗ,
Chống thân đi khắp chỗ xin ăn.
Đêm về manh chiếu che thân.
Vào ra nghĩa địa chiếm phần đỉnh chung.

Ở đấy, những anh hùng một thuở,
Lấy máu xương mà rửa quốc thù.
Người về cỏ nội âm u,
Kẻ còn ở lại mây mù phủ giăng.

Tấc đất lạnh không nhang không khói,
Dãy mộ xưa Chuột đói đào lên.
Hàng cây luống ngẩn ngơ nhìn,
Bia tên đổ xuống nát nghìn chiến công!

Nước tan rồi Chuột đồng trúng số,
Được keo này béo vỗ vào thân.
Dọc đường lớp cán, đội quân,
Theo phường trộm đạo vào khuân vác về.

Sáng phát loa Cộng đề kinh tế,
Đến xế chiều toàn kẻ đói ăn.
Đất trời vọng tiếng oán than,
Người gào mất đất, kẻ tan nát nhà.

Bác xích lô đạp ra những khói,
Chị bán hàng chẳng nói nên câu.
Cán binh đứng chặn trên cầu.
Tìm đâu cho thấy phép mầu độ nhân.

Thiếu phép mầu toàn dân khốn khổ,
Chẳng ngô khoai tháo đổ mồ hôi.
Con thuyền không bến nổi trôi,
Trời thêm giông bão cho đời nỉ non.

Người chờ chết trông con không gặp.
Kẻ xuôi tay nhắm mắt hận sâu.
Lưng trời cánh nhạn về đâu,
Chân tường mãi đỏ cơn đau nghẹn lời.

Trận phong ba thiếu người chí cả,
Lỡ cuộc cờ vội vã buông lơi.
Bóng chim tăm cá không hơi,
Người về cuối bể, kẻ nơi chân trời.

Kèn thổi ngược những lời tha thiết,
Trống đánh xuôi chẳng biết gọi ai.
Sơn hà nặng gánh trên vai,
Kẻ vì non nước chỉ hai ba người!

Trái đổi thu hoa rơi phấn nhạt,
Qua mấy đông phai lạt giấc mơ.
Người đi thêm nỗi bơ phờ,
Tình xưa ở lại thẫn thờ kêu thương.

Ngó ra khơi ngàn sương mây phủ,
Quay lại nhà ủ rũ đứng trông.
Người theo con nước qua sông,
Thoát qua cửa biển khó mong quay về.

Lại cảnh chiều bên hè gió thổi,
Sáng nắng lên dế đổi cung đàn.
Gượng cười lệ chảy chứa chan,
Một nhà mà những muôn vàn xót xa.

Ở nơi này, người ra bến vắng,
Phía bên kia, kẻ lặng lẽ đi.
Nước non lại trải chia ly,
Đàn chim tan tác biết khi nào về?

Mẹ tóc bạc bên hè trông ngóng,
Áo rách tả thềm trống đường lưng.
Bên tây một tiếng đánh thùng,
Mỹ châu há chịu cắc tùng vài ba.

Sờ mặt trống lớp da trơn bóng,
Dùi dài, to bản, đóng đai tròn.
Tung, tung, tung... tiếng giòn giòn,
Rát tai làng xóm, tủi hờn người đi.

Chuyện xó bếp ông ghi thật rõ,
Giữa đình làng bà tỏ thấp cao!
Ngán cho mặt nước lao xao,
Dăm ba tiếng vọng anh hào ở mô?

Ngoảnh nhìn về cố đô trẻ khóc,
Ngước trông ra mái tóc bạc phơ.
Mẹ già bó gối trong mơ,
Sáng ra tưởng nắng nào ngờ đêm đen.

Bắc Nam ơi chê khen nghìn lối,
Cuối đường dài hỏi lỗi tại ai.
Từ ngày đất nước xé hai,
Phương Nam tan nát, miền ngoài ra sao?

XIX. Nỗi Lòng Cô Phụ Đất Bắc

1421. Cuộc đấu tố từ Cao Bắc Lạng,
Búa bổ về đến mạn Quỳnh Lưu.
Mẹ già một nỗi ẩn ưu.
Phận con ngồi khóc để lưu tình sầu.

Hai mươi năm lòng đau khôn tỏ,
Nuốt tang thương hoa cỏ nghẹn ngào.
Chồng tôi lên cán cờ sao,
Phận cha đeo án cường hào tan thây.

Cảnh trả ân xưa nay chưa có,
Một lớp người khốn khó quanh năm.
Cha tôi thăm viếng ủi an,
Đến nay ra cán, nền quan trả thù.

Giận cuộc cờ thắng cu cái đĩ,
Bực thềm người biết chỉ u ơ.
Chồng tôi không biết nói vơ,
Anh đi cải tạo xác chờ rừng lau.

Cảnh tù lao còn rầu hơn nữa,
Đọc sách xưa toàn đứa dở hơi.
Cầu cho búa rụng liềm rơi,
May ra có chốn có nơi để về.

Bởi người khôn dại nghề múa rối,
Mấy thằng ngu khéo nổi cơn điên.
Vẽ ra cái nghiệp búa liềm,
Để con trẻ khóc cả đêm lẫn ngày.

Mảnh đất lở còn bày ra chước,
Kéo Tàu sang để rước hận thù.
Làm cho giải đất thâm u,
Tạo ra cây cỏ, đỏ như màu cờ.

Còn phận tôi ngồi chờ sớm tối,
Bóng đã xa khó nỗi quay về.
Đàn con của mẹ đi B., (vào nam),
Mười năm chưa thấy trở về vài ba.

Giọt phù sa lăn ra khoé mắt,
Gió bấc lùa thêm cắt xẻ da.
Lam chiều tựa khói sương pha,
Trường Sơn con khổ, thành Hà mẹ đau.

Ở Thái Nguyên vườn sau em ngóng,
Đã Hòa Bình còn bóng cờ sao?
Em tôi tuổi có là bao,
Đáng ngờ nó lớn đẩy vào rừng lau.

Xót thân em phận sâu, cái kiến,
Giận cái thời cung kiếm đạn tên.
Trắng đâu con nước chẳng yên,
Bạc mầu áo rách những đêm đi về.

Từng cơn đói não nề khôn tả,
Một cảnh nhà áo vá đổi thay.
Tìm đâu cho thấy én bay.
Sáng ra hợp tác, chiều bầy lũ sâu.

Vạt đất lở nông sâu ai biết,
Bến sông Thương gió xiết từng cơn.
Mẹ ngồi ủ rũ giang sơn,
Tỉnh ra mới biết đã hơn nửa đời.

Đẻ con ra gặp thời tăm tối,
Rước dâu về bó gối bên hiên.
Nay mai khéo lại hóa điên,
Ra đường múa hát chẳng phiền đến ai.

Chờ một ngày mưa phai nắng nhạt,
Mẹ lên rừng cho nát lòng son.
Tìm ra một mảnh xương non,
Mua thêm nước mắt đem con về nhà.

Lúc con về làng ta đổ nát,
Mẹ giỗ con một bát ngô khoai.
Hận này chưa dễ nhạt phai,
Một đêm chống Mỹ, vạn ngày thù Ngô! (t)

Đường Tây Bắc, bơ phờ một bóng,
Giữa Đống Đỏ, từng đống xương tàn.
Cờ hồng tô chữ buồn dân,
Việt Minh giết chết muôn ngàn tuổi thơ.

Bắc Nam ơi, ngày chờ không tới,
Đêm khốn cùng bó gối trông theo.
Bên này có ánh đèn leo,
Phía kia ai gánh trăng treo trên cầu.

Thiếu nắng vàng, mưa sầu khôn xiết.
Dưới cờ sao, người chết nghẹn ngào.
Sáng nghe mặt nước lao xao,
Chiều về cuốc gọi, dạ bào thâu đêm.

Kìa Trấn Quốc, chùa yên lặng bóng,
Bến đền Hùng nằm ngóng gió trăng!
Dơi đêm xếp cánh thẳng hàng,
Một đàn chuột đói đục tường lao nhao.

Cờ sao nặng, đảng gào chống Mỹ,
Trống liên khu như đĩ già mồm.
Miệng Hồ nước chảy như trôn,
Kèn loa cán thổi tan hồn núi sông!

Bởi quê hương ra công tranh đấu,
Vì nhân dân nom dấu bom rơi.
Tuyên Quang lửa cháy ngút trời,
Hải Dương tan nát cho khơi lệ sầu.

Khói Liên Khu nhuốm màu cây cỏ,
Nước sông Hồng chiếu đỏ lên nương.
Trẻ thơ chết giữa chiến trường,
Hồn oan cung kiếm bên đường gọi ai?

Đêm cô tịch, Lào Cai mưa gió,
Đất Thái Bình chỉ có cờ tang.
Điện Biên nước nhỏ hai hàng,
Lối về Vĩnh Phúc bẽ bàng giấc hoa.

Rồi lửa cháy Sơn La thẫm đỏ,
Đón bom rơi Phú Thọ lìa con.
Một ngày mấy buổi héo hon,
Mẹ ngồi đếm bóng lòng son nhạt mờ.

Giữa tang thương, ai chờ chiến thắng,
Mẹ khóc, cười, chén đắng thế nào?
Dọc đường dăm mảnh cờ sao,
Sông sâu máu chảy, núi cao xương người!

Hai mươi năm, một thời dâu bể,
Hết chiến tranh, nhắc kể đoạn trường.
Nước Nam chung một con đường,
Chia hai phe đánh thịt xương nào còn.

Bắc Nam ơi hồn non gọi nước,
Tiếng kêu gào những bước luống công.
Máu cha chảy dọc biển Đông,
Xương con chất đống trên đồng, cao nguyên!

Giận những kẻ đảo điên múa rối,
Xót thương người sớm tối không no.
Mẹ ra hát dạo bến đò,
Nghe tin bác đảng reo hò Mỹ sang.

Bảo Giang

Tủi cho ngày oang oang chiến thắng,
Nhục phận người xương trắng quan san.
Ai ơi thương lấy giang sơn,
Xoá đi những dấu căm hờn năm xưa.

Kẻ ngu dại, gọi mưa làm gió,
Cánh chim khôn khốn khó trăm bề.
Đảng ta nom giống lũ hề,
Vẽ râu sơn mặt một nghề tinh thông!

Chị nói rồi lau dòng nước mắt,
Bái lạy trời tay dắt mẹ đi.
Tuổi già nước mắt quanh mi,
Giọt rơi ướt áo, tay ghì ảnh con.

Tủi Thanh Nghệ đường mòn phơi xác,
Xót Nam Ninh chẳng bát cơm đầy.
Vào ra phương bắc hao gầy,
Trông nam mỏi gối, theo mây dở đời.

Khổ non xanh một thời lá úa,
Tủi quê hương liềm búa khoe cờ.
Con ơi, những đống xương khô,
Ngủ đi một giấc cơ Hồ sẽ qua...

XX. Thân Phận Việt Nam

1557. Phận nước ta vườn hoa mãi đỏ,
Máu xương rơi ngọn cỏ dàu dàu.
Giang sơn đã một gánh sầu,
Bức tranh còn vẽ thêm màu bi thương.

Tàn binh lửa phố phường xơ xác,
Đón hòa bình đổ nát tan hoang.
Năm năm mưa gió phũ phàng,
Mười năm đường cũ bẽ bàng chim di.

Buổi bình minh ra đi hưng phấn,
Khoảng gió chiều sương lấm tấm phơi.
Dăm ba cánh én lưng trời,
Xuân mai không nở, gặp thời tuyết rơi.

Nẻo đất bắc hoa trôi lá rụng.
Cõi phương nam giỗ cúng không cờ.
Biển xanh nước vẫn gọi bờ,
Khách đi cứ mãi, thẫn thờ kêu thương.

Kẻ đợi chờ, sầu vương vóc hạc,
Người trông mây tóc bạc từng giờ.
Hai mươi năm đá rêu mờ,
Diều cao không gió, cá bờ cạn hơi.

Thơ có gởi nhưng người chẳng thấy,
Trải bao năm đếm bấy nhiêu ngày.
Chim non từng cánh lẻ bầy,
Đường xưa thềm dấu lệ đầy ăn năn.

Hôm nay, hai mươi lăm năm đúng,
Dăm bẩy người giỗ cúng việc xưa.
Đêm dài héo hắt trong mơ,
Hồn thiêng nước Việt bây giờ về đâu?

Con nước lặng như màu cỏ úa,
Hổ sắc cờ người múa vu vơ.
Đổ trời nước mắt theo mưa,
Cảnh tang thương ấy phủ mờ núi sông.

Mẹ một bóng ngồi trông mưa biển,
Đôi vai gầy đón phiến lá rơi,
Áo bào xưa rách tả tơi,
Áo nay chưa mặc đã phơi da trần!

Tủi Trường Sơn rừng tàn trút lá,
Xót Đống Cơ hồn đá vỡ tan,
Chim muông tan tác xa đàn,
Người dân tán loạn, vượt ngàn núi non.

Rồi Mẹ khóc theo hồn nước chết,
Con bơ vơ gào thét lưng mây.
Đỉnh cao chỉ thấy bụi bay,
Biển Đông nước đỏ cả ngày lẫn đêm.

Nhìn giọt hồng vương lên vách đá,
Nước mắt trào trắng cả đại dương.
Người đi vắng cảnh khói hương,
Kẻ về oán vọng chiến trường năm nao.

Công một thời đem vào sông núi,
Sức bao người trải gối biển cương.
Sớm tan theo lớp Dã Tràng.
Máu xương đổ xuống lót đường Tàu ô!

Ở bên kia Hán - Ngô dẫn lái.
Ngựa bên này hết vái lại trông.
Một đoàn tàu rách sang sông,
Ô hô! cờ đỏ dọn lòng đón Hoa.

*Buổi rước Ngô cười ra nước mắt,
Dân tủi sầu, cộng hát, tàu ca.
Cờ hồng núp bóng cờ hoa,
Đảng ta chống Mỹ hóa ra chuyện cười!*

*Tội cho ai những người đã khuất,
Xót nước Nam, mảnh đất hao gầy.
Én ơi gọi nhạn sum vầy,
Mai quê hương lớn nhờ bầy trẻ thơ...*

XXI. **Bài Ca Ngày Về**

1621. Đường bắc nam gặp kỳ lá đỏ,
Hết chiến tranh chẳng có ngày vui.
Đồng hoang cây cỏ ngậm ngùi,
Rừng sâu gió núi chôn vùi tương lai.

Từng lớp trẻ nhạt phai sức sống,
Luống tre gầy đứng bóng xác xơ.
Biển dâu ai đi dựng cờ,
Để non nước Việt từng giờ nở hoa?

Ngày ta về gió hòa tiếng hát,
Theo bước chân, chim hót gọi đàn.
Ngàn hoa trải xuống trên đàng,
Trẻ thơ ca hát phố phường reo vui.

Giờ khai hội đất trời rung chuyển,
Dưới ánh vàng chung tiếng ra khơi.
Ta đem gươm súng trả đời,
Ta đem thơ rải giữa trời Việt Nam.

Từ bốn bể vượt qua nguy khó,
Năm châu về mở ngõ vinh quang.
Nước non đi dưới nắng vàng,
Nơi nơi chung tiếng rộn ràng hoan ca.

Đường quê quế hơn là ngoại cỏ,
Đất nước này chẳng bỏ một ai.
Người người chung sức, sánh vai,
Xây tương lai mới cho dài ngàn sau.

Rồi Bắc Nam cơn đau sẽ xóa,
Chén rượu mừng vui thỏa khắp nơi.
Vườn xưa oanh cất tiếng mời,
Dưới sông nhã nhạc, trên thời xướng ca.

Dẹp búa liềm tà ma dáo mác.
Dựng Cộng Hòa ta hát muôn thơ.
Núi sông chung một bóng cờ,
Cháu con giữ lấy cõi bờ Việt Nam.   1652.

Bảo Giang Bùi Xuân Vũ

Khởi viết vào hè - thu năm 1995.
Hoàn tất vào ngày 30/04/2000
In lần thứ nhất, năm thứ 25 ngày 30/04/1975.

NGƯỜI XƯA ĐÂU?

Kính dâng anh hồn Tử Sỹ Việt Nam Cộng Hòa.

Trăng cao một bóng mờ nhân ảnh,
Dưới nấm mộ sâu xương cốt tàn!
Cảnh cũ còn đấy cơn gió thổi.
Hoa Vàng năm trước ở nơi nao?

Người xưa đâu,
hỡi người xưa đâu?
Gió chiều ru nhẹ bên thôn vắng.
Nhắn gọi ta về với tích xưa.
Nơi đây còn dấu cơn binh lửa,
Chẳng thấy kèn loa với đế giày.
Hỏi gió đong đưa trên cành lá,
Tìm đâu cho thấy Vọng Nguyệt Đài?

Người xưa đâu,
Hỡi Người xưa đâu?
Nhìn lên chỉ thấy màu mây xám,
Cúi xuống sao nghe dấu lệ đầy.
Quanh đây nào thấy người năm cũ,
Chẳng có dáng xưa, mũ áo mầu.
Vòng hoa năm trước về đâu nhỉ,
Cánh lá rơi theo chén rượu sầu.
Bến xưa mảnh gỗ, câu hoang phế.
Đôi túp lều tranh chợ đã tàn.
Người đi, đi mãi cùng trời đất,
Xót kẻ trông theo mắt mỏi mòn.
Ngọn gió bên hè, hoa lá rụng,
Tìm đâu cho thấy bóng hình xưa.
Lịch cũ phai mờ theo năm tháng
Cảnh mới tang thương với rợ hồ.
Mới biết ngày đi không trở lại,
Còn đây tiếng vọng giữa hư không!

Người xưa đâu,
Hỡi Người xưa đâu?
Áo trận hôm nào bên tay súng,
Tổ quốc thân yêu rạng bóng cờ.
Từng bước anh đi, vang dội đất.
Cộng tàn, hồ chết, sản tiêu vong.
Làng trên xóm dưới chung câu hát.
Phố cũ, đường xưa rạng tiếng cười.
Nhìn lên ánh Vàng bay phất phới.
Cúi xuống nương dâu trải một màu,
Quê hương chung sức cho ngày mới,
Đường vào lịch sử nét vinh quang.
Người người ước nguyện thanh bình đến,
Ai ngờ lịch sử rẽ sang trang!

Từ đấy(*), nhà nhà niêm hàng chữ:
Hoa Vàng héo úa mùa xuân đi,
Giặc về vẫy cờ, vung liềm búa.
Nhà kia lệ đỏ thấm trên hè.

(*)   30/04/1975

Khởi đầu dăm nét Tàu loang lổ,
Phá cầu, cướp đất, giết lương dân.
Mã tấu khoe tài, cổng đấu tố,
Dép râu khởi nghiệp với cờ sao.
Trước sân máu chảy theo cán búa,
Vườn sau trẻ chết bởi lưỡi cày.
Giang san tủi hờn cây lá đổ.
Đất nước đổi màu vết mực đen.
Từ đó, trăng tàn bên lũy vắng,
Gió nào vui hẹn, cánh nhà tan?
Người đi nước mất, thành lệ đổ,
Kẻ về dáo mác, tủi quê hương.
Cổng thành nghìn sau còn sử ký,
Vọng tiếng chuông buồn giữa lầu cao.
Chùa cao tiếng mõ chừng ai oán,
Một bước xa cơ lắm tủi hờn.
Người đi đi mãi vào thiên cổ.
Để mảnh sơn hà vọng tiếng than...

*
* *

Chiều nay thấp thoáng bên song cửa,
Nén nhang hương lửa nhớ người xưa.
Nước mắt hai hàng lên tiếng gọi,
Người xưa đâu, hỡi Người xưa đâu?
Nhạc chiều sinh ru hồn tử sỹ.
Khúc quân ca réo gọi chiến bào!
Người đi đi mãi không về nữa,
Để hồn Việt Nam giữa lưng trời.
Ngày mai đất này còn tên Việt,
Ấy dấu Tiên Long vẫn rạng ngời.
Vạn thế còn đây bài phúng tế,
Cháu con muôn thuở nhớ ơn Người...

Bảo Giang
Mùa tưởng niệm 30-4

Hẹn cùng gặp lại quý bạn trong
Tình Nước 3, 4 và Ngày Về!

MỤC LỤC

Tình Nước - Tập 1	5
Thay Lời Tựa	8
Chính Khí Ca	13
Bài Lịch Sử	14
Phú Lâm Nạn, Hịch Cứu Nước	15
Vịnh Cái Nhà Giột	22
Cảm Đề 30-4	23
Bức Dư Đồ	24
Chiến Sỹ Vô Danh	25
Tiếng Hát	31
Đài Tử Sỹ	32
Vá Cờ	33
Ta Đi	39
Cánh Hoa Trước Gió	46
Khai Bút	47
Cảnh Xuân	48
Cảnh Lạc Đường	53
Đêm Trăng Nhớ Bạn	54
Gọi Nước	55
Tiếng Gọi Lên Đường	56
Gặp Người Trong Tù	58
Linh Hồn Tượng Đá	59
Chiều Qua Nghĩa Trang	60
Về Đây	61
Khúc Tự Tình	64
Vịnh Tứ Thú	69
Vịnh Bốn Mùa	71

Cảnh Đợi Chờ	72
Thang Mây	73
Nhớ Đời	74
Tiếng Trống	75
Thần Cái Trống	76
Gởi Người Lữ Khách	77
Tóc Huyền	81
Ra Tù	82
Hận Sông Gianh	83
Tự Trào	84
Lỡ Bước	85
Hoà Bình ơi, Hòa Bình!	86
Tôi Đã Thấy	90
Khai Bút	92
Tàn Mộng	93
Cõi Không	94
Cảm Thế Cuộc	95
Chờ	101
Yêu	103
Nhớ	105
Tiếng Gọi Non Sông	108
Mùa Xuân Dân Tộc 1	115
Thương Tiếc	117
Gởi Tuổi Trẻ Việt Nam	118
Ngày Ta Về	123

Tình Nước		131
I.	Đường Lịch Sử	132
II.	Mộng Thanh Bình	136
III.	Khúc Phân Ly	139
IV.	Cơn Binh Lửa	142
V.	Chí Làm Trai	145
VI.	Đoạn Đường Binh Lửa	148
VII.	Hoa Thời Chinh Chiến	152
VIII.	Đêm Tạ Từ	154
IX.	Nỗi Lòng Chinh Phụ	158
X.	Chí Làm Trai	164
XI.	Tình Trong Khói Lửa	169
XII.	Cuộc Đoàn Viên!	178
XIII.	Cuộc Sinh Ly	183
XIV.	Khúc Nhạc Chiêu Hồn	185
XV.	Tiếng Vọng Giữa Trời	189
XVI.	Vành Khăn Lịch Sử	193
XVII.	Sau Mùa Chinh Chiến	199
XVIII.	Cảnh Sống Miền Nam sau 30/04/1975	201
XIX.	Nỗi Lòng Cô Phụ Đất Bắc	208
XX.	Thân Phận Việt Nam	215
XXI.	Bài Ca Ngày Về	218
Người Xưa Đâu?		221

Cùng một tác giả

Đã xuất bản:

Tình Nước - Tập 1, 2	- Thơ
Tôi Chọn Chiến Tranh	- Tuyển tập
Đêm Chờ Sáng	- Truyện dài
Lá Đổi Mùa	- Tuyển tập
Nhị Kiều Nước Nam	- Tuyển tập
Tình Nước - Tập 3	- Thơ
Đồng Cạn	- Truyện dài
Chôn Nó Đi.	- Tuyển tập

Sẽ ấn hành:

Tình Nước - Tập 4, 5	- Thơ
Miếng Bánh Trên Phần Đất Lạ	
Chuyện Cờ Đỏ Và Sử Nước Nam	- Tuyển tập
TT Ngô Đình Diệm Và Hồ Chí Minh	- Lịch sử, Xã hội
Ngục Trung Nhật Ký.	

Liên lạc Tác giả
Bảo Giang
baogiang_xl@yahoo.com.au

Liên lạc Nhà xuất bản
Nhân Ánh
han.le3359@gmail.com
(408) 722-5626

www.ingramcontent.com/pod-product-compliance
Lightning Source LLC
Chambersburg PA
CBHW020420010526
44118CB00010B/339